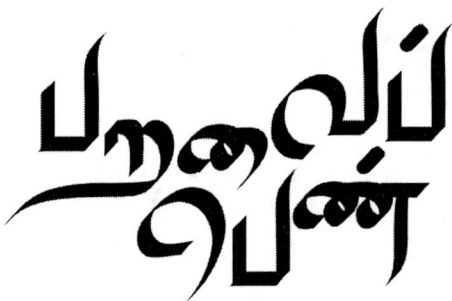

பறவைப் பெண்

தி. குலசேகர்

வேரல்
புக்ஸ்

வேரல்
புக்ஸ்

வேரல் புக்ஸ் வெளியீட்டு எண்: 59

பறவைப் பெண் * தி. குலசேகர்© * கவிதைகள் *
முதல் பதிப்பு: மே 2023 * பக்கங்கள்: 168 *
வேரல் புக்ஸ் * 6, இரண்டாவது தளம், காவேரி தெரு, சாலிகிராமம்,
சென்னை – 600093 * மின்னஞ்சல்: veralbooks2021@gmail.com *
தொலைபேசி: 9578764322 * அட்டைவடிமைப்பு: லார்க் பாஸ்கரன் *
லேஅவுட்: சந்தோஷ் கொளஞ்சி

Paravai Pen * T. Kulasekar© * Poems *
First Editon: May 2023 * Pages: 168 *
Veral Books * No: 6, 2nd Floor, Kaveri Street, Saligramam,
Chennai – 600093 * Email ID: veralbooks2021@gmail.com *
Phone: 9578764322 * Wrapper Designed by: Lark Bhaskaran *
Layout Designed by: Santhosh kolanji

Rs. 200

ISBN: 978-81-964126-3-0

நன்றி

∎

கவிஞர் ராஜசுந்தரராஜன்
கவிஞர் கணேசகுமாரன்
கவிஞர் இளம்பிறை
கவிஞர் அம்பிகா குமரன்

நதியாடும் காதல்

நேற்றைய கனவில் வாகனத்தை ஓட்டிக் கொண்டு காடு, மலை, வனாந்தரம், பனிச்சிகரம் எனப் பயணித்ததாகச் சொல்கிறாய். பயணங்கள் தேடலின் குறியீடு. இதில் விசயம் என்னவென்றால் எனக்கு பறக்க தெரியாது என்கிறாய். பறவைப் பெண்ணிற்குப் பறக்கக் கற்றுத் தர வேண்டுமா? நதிக்கு நீந்த கற்றுத் தர வேண்டுமா? நதி எப்போதும் எந்த ஆழத்திலும் நீந்துவதற்கு அறிந்தே இருக்கிறது.

பெண்மை ஒரு தீரா நதி. பெண்மை நிலத்தின் குறியீடு. நிலம் விளைச்சலின் படிமம். விளைச்சல் ஜீவிதத்தின் தொன்மம். ஆண்மையையும் பெண்மையே விளைவிக்கிறது. பெண்மைக்குள் ஆண்மை. ஆண்மையின் உயிர்ப்பு பெண்மை. அதனால், அர்த்தநாரியம் ஆகிறது.

உன் கனவில் வந்த வாகனம் தீராநதியின் படிமம். சாசுவத நதியாய் பயணிக்க விரும்புகிறாய். எல்லைகள் கடந்து, பரிபூரண விடுதலையாய் காடு, மலை என பயணித்துக் கொண்டும் அற்புத கணங்களை தரிசித்துக் கொண்டும் இருக்க விரும்புகிறாய். வளர்ந்து கொண்டே இருக்க விழைகிறாய். நித்திய கொண்டாட்டத்தில் மூழ்கித் திளைக்க நினைக்கிறாய். அத்தனை கனவுகளும் நனவுகளாகி விடுகிற துடிப்பு கொண்டிருக்கிறாய். நிற்காத நதியாய் அத்தனை பரவசங்களுக்குள்ளும் பாய்ந்து தழுவிக் கொள்ள பிரயாசைப்படுகிறாய். நேசங்களால் பாலைவனங்களை சோலை வனங்களாக்க தவிக்கிறாய்.. விடாமல் உயர்ந்து நீலவானம் தொட விரும்புகிறாய்.

ஆழ்ந்து கொண்டும், அகழ்ந்து கொண்டும் இருக்க விரும்புகிறாய். தொன்மையாகவும் அதிநவீனமாகவும் ஒரே நேரத்தில் பிரதிபலிக்க விரும்புகிறாய். தீராநதியின் பொங்கிப்

பாயும் பயணத்தைக் கவித்துவமாய் சிருஷ்டிக்க துடிக்கிறாய். இசை ஆலாபனைகள் நடத்திக் கொண்டே, நடன அசைவுகளாய் பயணித்து, நீந்தி, தெளிந்து, கண்ணாடி போல் உள்ளிருப்பதை அப்படியப்படியே நிர்வாணிப்பாய் பிரதிபலிக்கிறவளாய், ஒரு புள்ளியில் நகர்வதும்கூட அறியாதபடிக்கு சலசலப்பற்ற நகர்வாய் அலைகளின் ஆர்ப்பரிப்பின்றி ஞானிப்பின் உச்சம் தொட்ட, மோன தவமாய் பரவச ஊர்வலம் நிகழ்த்துகிறது உன் மனவெளிப் பயணம்.

நீ விவரித்த கணங்களின் மௌனத்திற்குள் உறைவு கொண்டு, அதனையே பதிலாக வெளிப்படுத்துகிறாய். தாழ்வான இடத்தை நோக்கியே நகர்கிறது நதி. கருணை மிகுந்த மானுடத்தின் உருவகம் அது. அகங்காரம் உள்ளவர்கள் உயரமான இடத்தை நோக்கியே நகர நினைப்பார்கள். நீர்த்திவளைகளில் தாவோவின் சகிப்புத்தன்மை நிறைந்திருக்கிறது. அது பயணத்தின் நோக்கத்தை பண்படுத்துகிறது.

கடலின் மேல்பகுதியே அலை எழுப்புகிறது. ஆழ்கடல் ஒரு நாளும் அலை எழுப்பி சலசலப்பதில்லை. ஆழ்ந்த அமைதியில் அது சலனிக்காமல் இருக்கிறது. ஆழமான மனிதர்கள் ஆழ்கடலின் உருவகமாகிறார்கள்.

காருண்யத்தோடு அத்தனையையும் கொடுப்பதில் மகிழ்ச்சி கொள்கிறார்கள். அப்படியாக நதி, தான் செல்கிற பாதையெங்கும் உள்ள தாவரங்கள், விலங்குகள் தாகம் தணிக்கிறது. உயிர் ஆதாரமாகிறது. எங்கும் பசுமையை விளைவிக்கிறது. அத்தனை உயிர்களுக்குமான உணவின் ஆதாரமாகிறது. அதற்காக சலுகைகளையோ, பாராட்டுகளையோ அவற்றிடம் எதிர்பார்த்து நதி ஒரு நாளும் காத்திருப்பதில்லை.

பேதங்களற்று, ஒத்திசைவோடு உரையாடுதல். நதி அமைதியாக செல்லுமிடமெல்லாம் அன்பை விதைக்கிறது. உண்மையை அதன் மௌனத்தில் ஏந்திச் செல்கிறது. நதி யாருக்காகவும் பேதங்கள் பார்ப்பதில்லை. அனைத்திற்குமாகவே நதி அன்பை ஏந்திக் கொண்டு பயணிக்கிறது.

நதி எதையும், எவரையும் அளவிடுவதில்லை. அதனாலேயே அனைவருக்கும் சமமானதாக, அதனால் இயங்க முடிகிறது.

அனைவரையும் ஒரே மாதிரி பார்க்கவும் முடிகிறது. முன்கூட்டிய அனுமானங்கள், தீர்மானங்கள் அதனிடம் எப்போதும் இருப்பதில்லை.

நதி பயணிக்கையில், எப்படிப்பட்ட தடைகள் வந்தாலும், அதனை சாதுர்யமாக தன்னுடைய இலக்கு நோக்கி முன்னோக்கி செல்கிறது. மேலே, கீழே, பக்கவாட்டில் என்று இடைவெளி எங்கு கிடைக்கிறதோ அதன்வழி எப்படியாவது பயணித்து விடுகிறது. மேலும், தேவைக்கேற்ப தன்னை ஆவியாகவோ, பனிக்கட்டிகளாகவோ மாற்றியும் தன் இலக்கை அடைகிற உபாயங்களாக்கிக் கொள்கிறது.

தண்ணீர் தனக்கேயான கால லயத்தோடு இயங்குகிறது. பனிக்கட்டியிலிருந்து தண்ணீராக உருகுவதாகட்டும், தண்ணீரிலிருந்து நீராவியாக மாறுவதாகட்டும், அதற்கேயான காலலயம் கொண்டு இருக்கிறது. சரியான நேரத்தில், சரியானபடி ஒரு செயலை எப்படிச் செய்ய வேண்டும் என்கிறதற்கான விழிப்புணர்வை இப்படியாகத் தண்ணீர் மானுடத்திற்கு சொல்லாமல் சொல்லிச் செல்கிறது.

இது எனது முதல் கவிதை தொகுப்பு புத்தகம். தோழி இளம்பிறையும், தோழன் கணேச குமாரனும் எக்கச்சக்க கவிதை தொகுப்புகள் கொண்டு வந்திருப்பவர்கள். அவர்கள் நட்பின் நிமித்தம் இங்கே அணிந்துரைகள் வழங்கியிருக்கிறார்கள். அவர்களுக்கு எப்போதைக்குமான எனது அன்பு.

இந்தக் கவிதைகளுக்குப் பிரத்யேகமாய் வேறொன்றும் தெரியாது. இவை எளிய படிமங்களால் உள்ளுக்குள் எழுகிற ஒளிச்சிதறல்களைக் கோர்த்துச் செல்ல முயற்சிக்கிற ஞானிப்பிடம் தன்னை ஒப்புக்கொடுத்து விட்டு, என்ன நடக்கிறதென்று தள்ளி நின்று வேடிக்கை பார்த்துக் கொண்டிருக்கின்றன.

தீரா அன்பு,

தி. குலசேகர்
9941284380
withlovekuttypalam@gmail.com

என்னைப் பற்றி...

சாதி — அற்றவன்

மதம் — அற்றவன் — இலக்கியமாக கீதை, பைபிள், குரான், மகாபாரதம், ராமாயணம், பௌத்தம் படிக்க பிடிக்கும். அன்னப்பறவையாய்)

பண்பாடு — அறம் போற்றுவது

கலாச்சாரம் — நட்பும், காதலும் போற்றுவது

நாகரீகம் — அவரவர்களை அவரவர்களாக இருக்க அனுமதிப்பது

மொழி— உணர்வின் வெளிப்பாடு பிரிய திரைமொழிக்கும் அதுவே.

இனம் — மனிதம்

பிடிப்பது — நிகழ்ச்சியில் வாழ யத்தனிப்பது

அறிந்தது — வலியை அனுபவமாக்குவது

வயது — அற்றவன்.. மனதின் மார்க்கண்டேயம்.. (மனது தொட முடியாத தொடுவானமாய் முன்னோக்கிப் பயணிப்பதன் உபயம்)

நினைவின் கல்வெட்டுகள் — பரவசப்படுத்துகிற அத்தனை அற்புத கணங்களும்..

பிடித்த எழுத்தாளர்கள் — கு.அழகிரிசாமி, ஜெயகாந்தன், கோபி கிருஷ்ணன், ஆர்.சூடாமணி, அம்பை, ஆல்பர் கேம்யு, காஃப்கா,

ஹருகி முரகாமி, தாஸ்தாயேவ்ஸ்கி, செகாவ்..

பிடித்த இயக்குநர்கள் . ருத்ரய்யா, ஜாபர் பனாஹி, அபாஸ் கிராஸ்டமி, ஃபெலினி, சத்யஜித்ரே, அபர்ணா சென், சணல்குமார்சசீதரன், அகிரா குரசேவா, விக்டோரியா டெசிகா, இன்மர் பெர்க்மென்,

பிடித்த வரம் — உலகம் ஒரு குடைக்குள், ஈரம் ததும்பும் மனிதத்தின் கதகதப்பில்

உயிர் — புத்தகங்கள்

உயிரின் உயிர் — உலகத் திரைப்படங்கள்

ஏட்டுப்படிப்பு — முதுகலை ரசாயனம் / முதுகலை இதழியல்

துவக்கக் காலப் பணி — ஸ்பிக் நிறுவனம், தூத்துக்குடி

இருப்பிடம் — சென்னை

நோக்கம் — ஆகச் சிறந்த திரைப்படங்கள் இயக்குவது மற்றும் காதலை வெவ்வேறு பரிமாணங்களில் இலக்கியமாக்குவது.

திரைப்படத்துறையில் உதவி, துணை, இணை இயக்குநராக பணியாற்றியிருப்பது / பணியாற்றி இருக்கிற இயக்குநர்கள் கே.பாக்யராஜ், ராஜன் சர்மா டி.எஃப்.டி, ரேவதி, வஸந்த், இராதாகிருஷ்ணன் பார்த்திபன்

எழுதிய புத்தகங்கள் இதுவரை — 80

வெளியிட்டிருக்கிற பதிப்பகங்கள் — அன்னம், சந்தியா, ஆழி, ப்ளாக் ஹோல் மீடியா, போதி வனம், ராஜ்மோகன், தாமரை பிரதர்ஸ், புலம்.

புதுப்பித்துக் கொள்ளும் கலை

கணேசகுமாரன்

வித்தின் கனாக்கள் குறித்து நிஜம் பேசும் தி.குலசேகரின் எழுத்துகள் எளிமையை அடையாளமாகக் கொண்டிருக்கின்றன. பனித்துளி நனைத்த ஒற்றை ரோஜாவிலிருந்து தனித்திருக்கும் கடவுளின் மதிய நேரத்து கருவறையில் ஒளிரும் சிறு அகல் தீபம் வரை அத்தனையும் எளிமைதான்; அழகுதான். எளிய கடவுளின் கதைகள் தானே கேட்பதற்கும் சொல்வதற்கும் புரிவதற்கும் நமக்கான பெரும் முயற்சியை வேண்டாமல் அமைகின்றன.

அந்த வகையில் குலசேகரின் எழுத்துகள் எளிமையும் மென்மையும் கொண்டு அழகியலின் உண்மையைப் பேசுகின்றன. தேவதைகள் கொண்டாடும் தேவதைகளைக் கொண்டாடும் குலசேகரின் எழுத்துகள் இந்த உலகின் மென்மையைக் கைவசம் கொண்டிருக்கின்றன. அன்பையும் காதலையும் ஒரு முத்தத்தில் குழைத்து உலகின் நுழைவாயிலில் ஈரமாய் பதித்து வைக்கிறார். நாம் அந்த முத்தத்தை வருடாமல் அந்த உலகினைக் கடக்க முடிவதில்லை. நாமும் ஈரமாகி குளிர் பரப்புகிறோம் புன்னகையில். குழந்தைகளின் கண்களில் விரியும் சோப்புக் குமிழ் வண்ணங்களை வழித்தெடுத்து சில எழுத்துகளில் பதிக்கிறார். தமிழ் உடையா வண்ணம் நாம் வண்ணங்களைப் பாதுகாக்கிறோம். பள்ளம் நோக்கிப் பாயும் நதி குலசேகரின் எழுத்துகளில் உயரே உயரே என உச்சி தொட்டு சிதறுகிறது சிறு நீர்வீழ்ச்சியாய். பால்

பேதமற்ற ஒரு காதல் தன் கை உயர்த்தி சிலிர்ப்புடன் காற்றைத் தடவிச் செல்கிறது. அந்தக் காதலின் கொண்டாட்டத்தில் எந்தக் கேள்விகளும் இன்றி நாம் ரங்கோலி பூசுகிறோம்.

அத்தனை பெரிய வானத்தை அத்தனை சிறிய சிறகுடன் கடக்கும் பறவையின் லாவகம் குலசேகரின் எழுத்துக்கு வாய்த்திருக்கிறது. சருகு என்பதே விடுதலைதான். சலனமின்றி உதிர்ந்த சருகை சிறகாக்கி வானம் தாண்டி பறக்கவிட்டு அழகு பார்க்கிறது குலசேகரின் எழுத்துகள். பொதுவாக துயரத்தின் நிறமெனக் கொண்டாடப்படும் சாம்பலை அள்ளி அணிந்திருக்கும் புறாவின் பக்கூம்மில் கூட காதலின் நீரள்ளி ஊட்டுகின்றன குலசேகரின் எழுத்துகள். அகால இருளுக்குள் தங்களைத் தொலைத்தவர்கள் தான் புதிதாக ஒரு வெளிச்சம் பிரசவிக்கிறார்கள். குறைந்த ஒளியில் இருந்து பிரபஞ்ச வெளிச்சத்தைப் பாய்ச்சுகின்றன குலசேகரின் எழுத்துகள் மெய் கூசா வண்ணம். பறத்தல் தவிர ஒன்றும் அறியாத பெயர் வேண்டா பறவைக்கு புதிது புதிதாகப் பெயர் சூட்டி பறத்தலின் புதிய வகைகளை அறிமுகப்படுத்திக் கொண்டே இருக்கின்றன குலசேகரின் எழுத்துகள்.

புத்தக இடுக்கில் பத்திரப்படுத்தும் மயிலிறகு ஒன்று எல்லோர் வசமும் இருக்கிறது. பால்யத்தின் வாசனையை வாழ்வின் பக்கங்கள் தோறும் எழுதிக் கொண்டேயிருக்கும் தங்க நிறத்திலான மயிலிறகு குட்டிகளாய் பெருக்கிக் கொண்டிருக்கின்றன. கணக்குப் புத்தகத்தின் நடுவில் சிக்கிக் கொண்ட மயிலிறகு போலும். ஒருபோதும் தப்புக் கணக்கு போட்டு விடாத மயில் அது. தோகை விரித்தாடுகிறது தொகுப்பு முழுவதும். தொகுப்பின் பல இடங்களில் மயிலிறகு வருடலாய் பல மழை ஞாபகங்களை உலுக்கி விட்டுச் செல்கிறது அந்தத் தோகை மயில். அப்படித்தான் நாம் கூரை மீது எறிந்த உதிர்ந்த முதல் பல்லை ஞாபகப்படுத்துகிறது ஒரு தீண்டல். இப்போது இத்தனை பற்களுடன் சிரித்துக் கொண்டிருப்பதற்கு அந்த முதல் பல்லின் சமர்ப்பணம் தானே காரணம் என்பதை உணர்ந்து வெட்கம் அருந்துகிறது காய்ந்து போய் விட்ட குழந்தைமையின் தாகம். அந்த மயிலிறகு தான் புதுப் பேழையில் எழுதிப் பார்த்த புது எழுத்தை பத்திரப்படுத்தி ரசிக்கச் செய்கிறது காலம் முழுவதும்.

நதி மீது விழும் தன் நிழலை ரசித்தபடி பயணிக்கும் ஒரு பறவையாய் தன் காதலைப் பதிவு செய்திருக்கிறார் குலசேகர். பறத்தலின் சுதந்திரம் குறித்து பக்கம் பக்கமாய் பாடுகிறவர்கள் சிறகின் வலி குறித்தும் பதிவு செய்வதை வானம் கவனித்துக் கொண்டு தான் இருக்கிறது. இறுக்கமான வாழ்வின் தருணங்களை சற்றே இலகுவாக்கிச் செல்கிறது கடலின் நீலத்திலிருந்து மீனின் கண்களை உற்று நோக்கும் குலசேகரின் எழுத்துகள். கணத்துக்கு கணம் தன்னை புதுப்பித்துக்கொள்ளும் கட்டாயத்தில் இருக்கிறது தற்போதைய மெய்நிகர் உலகம். கலைவாணியும் குலசேகரின் எழுத்துகள் வழி தன்னைப் புதுப்பித்துக் கொள்ளும் தருணமிது. குலசேகரின் வித்தின் கனாக்களுக்கு வேரும் விடையும் தேடிப் பயணப்படும் வாசக உள்ளங்களுக்கும், எளிய மனித விருப்பங்களை எவ்விதப் பூச்சுமின்றி எழுத்துகளாக்கித் தந்திருக்கும் குலசேகருக்கும் வாழ்த்துகள்.

கணேசகுமாரன்

அபிப்ராயம்

இளம்பிறை

'தனிமையின் அழுகையோடு கணக்கும் பொதியை இறக்கத் துடிக்கிறது மனது' என்கிற இவரின் கவிதை வரிகள் தான் இவருடைய கவிதைகளுக்கான நல்விளக்கமாகவும் இருக்கின்றன. கவிதையை இதயத்தால் வாசிக்க வேண்டும். அப்போது தான் கவியுணர்வில் நாமும் சிக்கி மகிழவோ, துன்புறவோ முடியும்.

நல்ல கவிதையை யார் எப்படிச் சீண்டினாலும் அது மௌனமாக நின்று கொண்டிருக்கும் வெப்பத் தருணத்தின் நிழல் மரமாய். தற்போதைய தமிழ்க் கவிதைகளில் இரண்டு விதமான கவிதைகளை கவனித்து வருகிறேன். ஒன்று வெறுமையாக கடந்து செல்லும் கவிதைகள். மற்றொன்று உள்ளச் சிலிர்ப்புடன் மெய்யுணர்வில் ஆழ்த்தும் கவிதைகள். குலசேகரின் கவிதைகள் இரண்டாம் தன்மை பெற்று, முதன்மையுடையதாக இருக்கின்றன. காரணம் அவர் தன்னை பாதிக்காத, தான் உணராத எதையும் கவிதையாக செய்ய விரும்பவில்லை. தனக்கு நேர்ந்ததை, தான் உணர்ந்ததை மட்டுமே மறைவற்ற தன்மையுடன் நேர்மையாக பதிவு செய்துள்ளார்.

பொய்யும் கற்பிதமுமே கவிதைக்கு அழகு என்கிற தவறான வாதத்தை நவீன கவிதைகள் அக்குவேறு ஆணிவேறாக பிடுங்கி எறிந்து கொண்டிருப்பதில் இப்போது இவரது கவிதைகளும் பங்குபெறுகின்றன என்பதை தயக்கமின்றி உரத்துச் சொல்ல முடியும்.

இவரது கவிதை 'மிதிவண்டி பந்தம்' ஒன்பது ஆண்டுகளுக்கு முன் வைத்திருந்த மிதிவண்டியை ஆழ்ந்து நினைக்க வைத்தது. ஆசிரியையாகி பள்ளிக்கூடத்திற்குச் சென்ற முதல் ஐந்தாண்டுகளில் இரவில் சுவரோரமாய் நிறுத்தி வைக்கப்பட்டிருக்கும் மிதிவண்டியை பார்த்து அப்போது நினைத்துக் கொள்வேன். வாழ்க்கையிலேயே எனக்கு அதிகமாக உதவிக் கொண்டிருப்பது நீ தான் என்று. அப்படிப்பட்ட என் மிதிவண்டியை இப்போதெல்லாம் நினைக்க மறந்து போனேன் என்பது தான் உண்மை. ஒரு வாசகி என்கிற முறையிலும் என் மிதிவண்டியின் நினைவை மீட்டெடுத்துத் தந்த குலசேகரின் மிதிவண்டிப் பந்தம் நெகிழ்வை தருகிறது.

'காலி டப்பாவை மூலையில் எறியாமல் கூடையில் சுமந்து தாசிகள் வீடு சென்றதெதற்கு' என்ற வினாவுடன் தொடரும் கவிதை இந்த மூடத்தனத்தை விட்டு விட்டு உங்களுக்காக நீங்கள் வாழுங்கள் என்றெல்லாம் வழக்கமான கவிதைகளாய் பெண் இனத்திற்கு பாடம் நடத்தாமல், 'அவை தான் மனிதநேயம் தோய்ந்த கசையின் அடிகளோ' என்கிறது. கவிதையில் நானறிந்த வரை யாரும் எண்ணிப் பார்க்காத இந்த எண்ணம் அடைத்துக் கிடந்த சன்னலை திறந்தவுடன், அலைந்து வரும் வெளிக்காற்றின் குறுகுறுப்பாய், ஏதேதோ பேசுகின்றன நம்மோடு.

இப்படி பழைய படிமங்களை மீளுருவாக்கச் சிந்தனைக்கு உட்படுத்தி தன் நுட்பமான மனதை குலசேகர் கவிதையாக்குகிறார். ஒரு கவிதையில் இப்படி எழுதுகிறார். 'சிங்கம் கூட சில சமயம் கண்களில் நீர் தேக்கும் அதன் கனவுகள் வேறு. கவிதை கதைகள் வைத்துக்கொண்டு, இரை வாங்க முடியாதே என்பது அதன் நியாயம்'.

எவ்வளவு சத்தியமான கண்ணீர் எவ்வளவு நேர்மையான நியாயம் உண்மையான கலைஞர்களின் ஜீவாதார துயரம் தரும் மனநெருக்கடியே இந்த வார்த்தைகளும் வரிகளும்… கவிதையை நாம் திட்டமிட்டு எழுத முடியாது. திட்டமிட்டு முடிக்கவும் முடியாது. கவிதை அதன் போக்கில் சென்று அதுவாகவே முடிவுற வேண்டும்.

குலசேகரின் கவிதைகளில் தடையற்ற ஓட்டம் இயல்பாகவே அமைந்திருக்கின்றன.

கவிதையை தொடர்வதற்கும் முடிப்பதற்குமான தவிப்பின்றி இயல்பாய் இருக்கின்றன என்பது முக்கியமான அம்சம். 'எப்போதும்... உணர்வு பிசகாது உணர்ந்து கொள்கிற எந்த உள்ளத்திடமும் மனம் நேசத்திற்காக ஏங்கிக் கொண்டேயிருக்கிறது' என்ற இவரின் கவிதை வரிகளே இவருக்கான அடையாளமாகவும் இருக்கிறது.

இளம்பிறை

1

காதல் அன்பின் அட்சய பாத்திரமா?
அதுவும் அதையும் தாண்டியும்
தன்னலமற்று இருப்பதா?
அதுவும் அதையும் தாண்டியும்
பொறாமையற்றதா?
அதுவும் அதையும் தாண்டியும்
ஆளுமை கொள்ளாதிருப்பதா
அதுவும் அதையும் தாண்டியும்
அப்படிஅப்படியே ஏற்பதா
அதுவும் அதையும் தாண்டியும்
குறைநிறை தாண்டியதா
அதுவும் அதையும் தாண்டியும்
அப்படியப்படியே ஏற்பதா?
அதுவும் அதையும் தாண்டியும்
போட்டி அறியாதிருப்பதா?
அதுவும் அதையும் தாண்டியும்
உளம்மாறி தன்னில் உணர்வதா?
அதுவும் அதையும் தாண்டியும்
மனராகத்தின் ஒத்திசைவில்
எழும் பரவச அதிர்வா?
அதுவும் அதையும் தாண்டியும்
வனக்கவிதைக்குள் குடிபெயர்வதா?

அதுவும் அதையும் தாண்டியும்
பறவையாகி விடுவதா?
அதுவும் அதையும் தாண்டியும்
கடலில் கரையும் வானமாவதா?
அதுவும் அதையும் தாண்டியும்
இயற்கையாகிப் போவதா?
அதுவும் அதையும் தாண்டியும்
விவரிப்பிற்கு அப்பாற்பட்டதா?
அதுவும் அதையும் தாண்டியும்
ஏழு கடலும் ஏழு மலையுமா?
அதுவும் அதையும் தாண்டியும்
வானவில்லின் தினங்களா?
அதுவும் அதையும் தாண்டியும்
இசையின் ஏழு ஸ்வரங்களா?
அதுவும் அதையும் தாண்டியும்
தாளமாட்டாத பேரானந்தமா?
அதுவும் அதையும் தாண்டியும்
அலைகளற்ற ஆர்கடலின் வெளியா?
அதுவும் அதையும் தாண்டியும்
பிரபஞ்சத் துளியா?
அதுவும் அதையும் தாண்டியும்
மனமற்ற மனமா?
அதுவும் அதையும் தாண்டியும்
பிரபஞ்ச ஓர்மையா?
அதுவும் அதையும் தாண்டியும்
பரிபுரண நிர்வாணிப்பா?
அதுவும் அதையும் தாண்டியும்
எடையற்ற சிறகா?
அதுவும் அதையும் தாண்டியும்
நதியின் புத்துயிர்ப்பா?
அதுவும் அதையும் தாண்டியும்
ஆலங்கட்டி மழையா?
அதுவும் அதையும் தாண்டியும்
பனிமழைக்குள் நீராடும் சுடரா?
அதுவும் அதையும் தாண்டியும்

*பஞ்சபூதங்களின் தியானிப்பா?
அதுவும் அதையும் தாண்டியும்
இறைமையின் காருண்யமா?
அதுவும் அதையும் தாண்டியும்
கொடுப்பதாய் இருப்பதா?
அதுவும் அதையும் தாண்டிய
அதை விட வேறானதும்..*

2

நீ யார் என்கிறேன்
தெரியவில்லை என்கிறாய்
எங்கிருக்கிறாய் என்கிறேன்
தொலைந்த இடத்தில் என்கிறாய்
என்ன செய்கிறாய் என்கிறேன்
தேடிக்கொண்டிருக்கிறேன்
என்னை என்கிறாய்
நீ உயிர்ப்பா என்கிறேன்
ஒற்றை உயிர்ப்பிற்குள்
எண்ணற்ற உயிர்மைகளின்
அவதரிப்பு என்கிறாய்
உன் நிறம் என்ன என்கிறேன்
நிறமற்ற நிறம் என்கிறாய்
உன் பெயர் என்ன என்கிறேன்
ஜீவிதம் என்கிறாய்
எப்படி இருப்பாய் என்கிறேன்
வடிவமற்று என்கிறாய்
உன்னை தரிசிக்க
முடியுமா என்கிறேன்
நதிமனம் கொள்
தீரா நதியின் மீது
சாசுவத உலா செல்லும்
நனையாத பாரிஜாத

மலராய் பயணி
பயணத்தின் பயணிப்பில்
தரிசிக்கலாம் என்கிறாய்
ஓரிடத்தில் நிற்கமாட்டாயா என்கிறேன்
ஒவ்வொரு கணமும்
புதிதுபுதிதாய் பிறந்து கொண்டே
இருக்கிறேன் என்கிறாய்
உன்னை பிடிக்க
முடியாதா என்கிறேன்
நொடிக்கு நொடி
வளர்கிறேனே என்கிறாய்
அடியாழத்தில் கதகதக்கிறதே
என்ன அது என்கிறேன்
ஈரம் சுனையாய்
சுரக்கிறது என்கிறாய்
உன்னோடு நேசம் கொள்ள
என்ன செய்ய வேண்டும் என்கிறேன்
பிரபஞ்ச ஈரமாகி
கரைந்து விடு என்கிறாய்

3

நீ வெயிலா மழையா
நான் கதகதப்பு
நீ எழுத்தாளனா கவிஞனா
நான் கவிதை
நீ வானமா கடலா
நான் நீலநிறம்
நீ பூவா நிறமா
நான் தேன்
நீ ஆண்மையா பெண்மையா
நான் காதல்

4

நாணயத்தின் இருபக்கங்கள்
சந்திப்பதில்லை
சேர்ந்தே தான் இருக்கின்றன
சந்தித்திராத இரவும் பகலும்
விலகி நின்று
சேர்ந்தே இருக்கின்றன
தொலைந்த ஒற்றைச் செருப்பு
தொலைவுற்ற ஒற்றைச் செருப்பை
தேடிக் கொண்டே இருக்கிறது

5

உன்னை விட்டு
ஒரு போதும் பிரிவதில்லை
உன்னோடே பயணிக்கிறேன்
இருள் கூசுவதால் அப்போது
உனக்குள் ஒளிந்து கொள்கிறேன்
சிறுவெளிச்சம் தென்பட்டாலும்
வெளிப்பட்டு விடுகிறேன்

6

உண்மையில் நீ ஒரு பறவை
உனக்குள் இறக்கை இருக்கிறது
சில சமயம் வெளிப்படுகிறது
சில சமயம் ஒளிந்திருக்கிறது
எப்போதும் உடனிருக்கிறது
அரூபமாய உருவெடுத்திருக்கிறது
உயிர்த்தெழ துடிதுடித்திருக்கிறது

7

பெருங்குற்றத்தின்
இதமான தண்டனை
பெருங்கருணை
எவரையும்
குற்றவுணர்ச்சிக்குள்
ஆட்படுத்தாமல்
அதன் ருசி
உய்த்துணரச் செய்கிற
மகோன்னதம்
மன்னித்தலை
தாண்டிய
உன்னதம்
இறக்கத்தில் பயணிக்கையில்
கவனிக்கத் தவறியதெல்லாம்
ஏறுகையில் பதிவாகிறது

8

ஏழைகள் மீதான அநீதிகளுக்கு
பணக்காரர்கள் குரல் கொடுக்கிறார்கள்
பணக்காரர்கள் மீதான ஆநீதிகளுக்கு
ஏழைகள் குரல் கொடுக்கிறார்கள்
தாழ்த்தப்பட்டவர்கள் சமூகநீதிக்கு
முற்படுத்தப்பட்டவர்கள்
குரல் கொடுக்கிறார்கள்
ஆண்களின் பிரச்னைகளுக்கு
பெண்கள் குரல் கொடுக்கிறார்கள்
பெண்களின் உரிமைகளுக்கு
ஆண்கள் குரல் கொடுக்கிறார்கள்
குற்றங்களுக்கு
சமூக காரணி பதிலளிக்கிறது
சமூக மாற்றங்களில்
குற்றங்கள் கரைந்து போகிறது
பிழைகளுக்கு
மன்னிப்பு பரிகாரம் தேடுகிறது
மன்னிப்பை
பிழை திருத்தம் கௌரவிக்கிறது
சட்டங்கள் அறம் போற்றுகிறது
பிரபஞ்ச நேசம்
அறத்தின் இலக்கணமாகிறது
ஆணவக் கொலைகள்
காதலைப் போற்றுகிறது
காதல் ஆணவக்கொலைகளின்
காரணியாகும் சாதியப் படிநிலை
நீர்த்துப் போகச் செய்கிறது
அண்டத்தின் அங்கமாய்

தனையுணரும் ஆன்மீகத் தேடலை
நாத்திகம் மதிக்கிறது
மனிதம் போற்றும் நாத்தீகத்தை
ஆன்மீகம் வாழ்த்துகிறது
இரண்டிற்கும் நடுவே
ஏதோ ஒரு புள்ளியில்
சாசுவத மகிழ்விருப்பதை
இரண்டும் அறிந்திருக்கிறது
கறுப்பர்களுக்கு வெள்ளையர்கள்
உரிமை கீதம் பாடுகிறார்கள்
வெள்ளையர்களுக்காக
கறுப்பர்கள் ஓடி வருகிறார்கள்
பாலஸ்தீனர்கள் யூதர்களுக்காக
குரல் கொடுக்கிறார்கள்
யூதர்கள் மொசாட்டின் வன்முறையை
நிராகரிக்கிறார்கள்
வன்மம் மறுகன்னத்தை காட்டுகிறது
மறுகன்னம் கதகதக்கும்
முத்தங்களால் நிறைக்கப்படுகிறது
நாஜிக்களை அவமதித்த வரலாறு
எண்ணி யூதர்கள் வருந்துகிறார்கள்
யூதர்களை கொன்று குவித்த சுவடை
நாஜிக்கள் கண்ணீரில் துடைக்கிறார்கள்
பழியுணர்ச்சி மனிதம் பழகுகிறது
மனிதம் பழியுணர்ச்சி கரைக்கிறது
யாதும் ஊரே யாவரும் கேளிரென்று
பாடியபடி உலகம் ஒரு குடைக்குள்
கதகதத்திருக்கிறது
எதிர்கால நனவின் படிமத்தை
நிகழ்கால கனவிற்குள்
அழைத்து வந்து
நினைத்து நினைத்துப் பார்க்கிறது

9

எல்லோரையும் போல
ஏதோவொரு தருணத்தில்
காதலை தரிசிக்கிறார்கள்
சாதிய பொருளாதார பேதத்தால்
உலகம் பிளக்க வெதும்புகிறார்கள்
காட்டாற்றின் போக்கில் இழுபடும்
செத்தையாய் பயணிக்கிறார்கள்
நினைத்தது ஒன்றாய்
நடந்தது வேறொன்றாய்
வாழ்வின் புதிர்கள் நிறைக்க
தூக்கம் கலைந்து துவக்கங்களின்
ஈரத்தில் நனைந்து மூழ்குகிறார்கள்
காலம் புரட்டிப் போட்டதில் இப்போது
பெற்ற பிள்ளையின் காதல் கண்டு
அகௌரவ கொலைக்கு நாள் குறிக்கிறார்கள்

10

பூஜ்ஜியத்தில் பூரணமாய்
எதுவுமற்றதில் எல்லாமுமாய்
இல்லாமையில் இருத்தலாய்
நோய்மையில் ஆரோக்யமாய்
முதுமையில் இளமையாய்
இழத்தலில் பெறுதலாய்
நீர்த்தலில் அடர்தலாய்
வாடலில் மலர்தலாய்
பிரிதலில் இணைதலாய்
துக்கிப்பில் மகிழ்வாய்
தனிமையில் சேர்தலாய்
நழுவுதலில் பெறுதலாய்
விலகுதலில் நெருங்குதலாய்
நிராகரிப்பில் ஏற்கப்படுவதாய்
இருளில் ஒளியாய்
வலியில் சுகமாய்
தோல்வியில் வெற்றியாய்
புன்னகைக்கிறது
சொல் கடந்த சூட்சுமம்.

11

எதுவாயிருக்க விருப்பம்
என்கிறாய்
விசா பாஸ்போர்ட்
இல்லாமல்
கோடுகள் கூறுகளற்ற
பூமி படைத்து
நினைத்த நேரம்
நினைத்த இடம்
பயணித்து
இனிதேயெங்கும்
இளைப்பாற
பறவையாய்
இருக்கவே விருப்பம்
என்கிறேன்

12

முன்னறையில் தோழனோடான
காதல் நவீனம் பற்றிய
சுவாரஸ்ய உரையாடல்
அரங்கேறுகிறது.
தோழனின் இணைவி குளியலறையில்
இருந்தபடி இடையிடையே அதில்
பங்கெடுத்துக் கொண்டிருக்கிறாள்
ஆர்வமிகுதியில்.
உரையாடல் சுவாரஸ்யமாய் தொடர
அவசரஅவசரமாய் முடியும்
குளியல் தெரிகிறது
தெறிக்கும் பவுடர் வாசனையில்.
உரையாடல் அதியுருக்கமான
பகுதிக்குள் பயணிக்கையில்
அங்கே தன் கருத்தை
பதிவு செய்து விடுகிற
ஆர்வத்தின் துள்ளலில்
முன்னறை ஒட்டியிருக்கும்
ட்ரெஸ்சிங் ரூம் மறைவிலிருந்து
மேகம் விலக்கிய
முழுமதி விடுபடலாய்
சட்டென எட்டிப் பார்த்து
குதித்து வரும் வார்த்தை

பதிலாகையில்
யதேச்சையாய் சந்திக்கிறது
தோழமை கண்கள்.
அந்த கணத்தின் ஒரு பக்கம்
பாவாடையை மட்டும் மார்பு வரை
தூக்கிக் கட்டிய நிலையிலேயே
அவசரத்தில்
வெளிப்பட்டு விட்டது உரைக்க
சட்டென நத்தையாய்
இழுத்துக்கொள்கிறவள்
அதே கணத்தின் மறுபக்கம்
எங்கே துணைவனின் தோழன்
தன் அனிச்சை செயலில்
எங்கே யவன்
தன்னைத் தவறாகப் பார்த்ததாய்
தான் நினைத்துவிட்டதாகத்
தவறாய் நினைக்க நேர்ந்து
காயப்பட்டுவிடுவானோ
என எண்ணியவள்
போன வேகத்தில் மின்னலாய்
பவுடர் பப் வைத்துவிட்டு
வருபவளாய் பாவித்து
மறுபடி அதே கோலத்தில்
அதே மாதிரி பிரசன்னித்து
சொல்லிக் கொண்டிருந்த பதிலை
இடைவெளியின்றி
நிறைவு செய்து
பின் இயல்பாய் மறைகையில்
தோழமையின் ஆன்மா
புருவம் உயர்த்த
நேர்கொண்டு கலக்கிறது
புத்தம்புதிதாய்
புன்னகைக்கும் பார்வை.
தோழனுக்குள் பூக்கிறது
சிலிர்ப்பின் படிமம்

தி. குலசேகர்

மனது காயப்படாதபடி
அலுங்காமல் பட்ட தூசியெடுத்து
அகத்தின் அண்டமெங்கும்
கதகதத்து சிவக்கச் செய்கிற
அந்த சொஸ்தப் பார்வையில்
வாழ்வின் நிறைவு தொட்டு
உணர்வுக் குளத்தின்
உச்சம் நிறைக்க
காப்பாற்றப்பட்ட நம்பிக்கை
வானம் தொடும் பறக்கிற
உற்சாகத்தில்
உலகறிய உள்ளுக்குள்
ஓவென பரவசக் கூச்சலிட
நிறுத்தாமல் எதிரொலிக்கிறது
காலம் கடந்த வெளி.

13

துரியோதனன் மிகவும் பிடிக்கிறது
பானுமதியின்
இடுப்பை பிடித்திழுத்த கர்ணனிடம்
எடுக்கவோ கோக்கவோவென்ற இடம்.
ஹிட்லர் பிடிக்கிறது
இறக்கும் இறுதி கணங்களில்
காதலி ஈவாவை மணந்து
பின் சேர்ந்தே மரித்த இடம்.
சீனாக்கர் மிகவும் பிடிக்கிறது
வந்திருக்கும் கவிநண்பன் சீனாக்கர்
குளிர்நிசி தூக்கக் கலக்கத்தில்
நண்பனென நினைத்து
நண்பனின் மனைவி பக்கம் படுத்துவிட
நண்பன் தூக்கம் களையாதிருக்க
இருவரையும் ஒன்றாய் போர்த்தி
உறக்கம் காத்த இடம்.
சிதாரா மிகவும் பிடிக்கிறது
புதுவசந்தத்தில் சிதாரா
ஊர்பெயர் தெரியாத
நான்கு இளைஞரோடு
தங்குவதென முடிவெடுத்த இடம்.
கொங்கனா மிகவும் பிடிக்கிறது
மிஸ்டர் அண்ட் மிஸஸ் அய்யர் படத்தில்

கொக்கராயன் ராஜாவின் கரத்தையெடுத்து
அதன் குறியீடாக்கி
மார்போடு பாதுகாத்துக் கொள்ளுமிடம்.
ஹீரா மிகவும் பிடிக்கிறது
திருடா திருடா படத்தில்
தோழமையான பிரசாந்த்
நெருப்பில் இறந்து விட்டதாய்
துடிக்கும் ஹீரா முன்
பிரசாந்த் திடீரென உயிரோடு வந்து நிற்க
காதலன் ஆனந்த் முன்னேயே
ஓடிப் போய் பிரசாந்தை ஆரத்தழுவுமிடம்.
கு.அழகிரிசாமி மிகவும் பிடிக்கிறது
இரு சகோதரர்கள் கதையில்
மனைவியை தமையன்
தன்னை மறந்த பெருந்துன்பநிலையில்
கட்டியணைத்திருப்பதை பார்த்து விடும்
அண்ணன் தம்பிக்காக கருணையோடு
கண்ணீர் உகுக்குமிடம்.
ஸ்டெல்லா புரூஸ் மிகவும் பிடிக்கிறது
ஐ லவ் எவ்ரிதிங் அன்டர் தி சன் கதையில்
அண்ணியிடம் ஐ லவ் யூ சொல்லி விட்டு
பதற்றத்தில் பதிலறியாமலே
வீட்டை விட்டு தேசாந்திரம் போய்
தாடியோடு திரும்பும் கொழுந்தனிடம்
ஐ லவ் யூ சொல்லி
பின் கதையின் தலைப்பையும் சொல்லி
கரிசனத்துடன் அரவணைத்து
தலைகோதி விடுமிடம்.
எண்ணற்ற இதுபோல்
பவித்ர கணங்கள்
மனதோரம் நிரந்தரமாய்
நிழலொதுங்கியவண்ணம்.
ரத்தத்தில் வன்முறை துளியுமில்லை
மனோதத்துவம்
இல்லாததையே ஈர்க்கும் ரகசியமாய்.

கலை இலக்கியத் தேடல் வழி
கட்டுடைக்கிறது
பிண்டத்தால் மட்டுமேயென
ஆணாதிக்கத்தால்
கட்டமைக்கப்பட்டிருக்கும்
பொது பெண் மனது.
நம்பிக்கை ஆபாசப்படுகையில்
மாறாத ரணம்
இரவின் முகாரியாகி
மீண்டும் மீண்டும் மரிக்கிறது.
ஆபாசமென்றால்
அர்த்தம் என்னவென்றே அறியாத
அற்புத கணங்களில்
மீண்டும் மீண்டும் உயிர்த்தெழுகிறது

14

கவிதையும் நீயே கானமும் நீயே
ரணமும் நீயே நிவாரணமும் நீயே
தவமும் நீயே வரமும் நீயே
தேடலும் நீயே கண்டடைதலும் நீயே
உணர்வும் நீயே அறமும் நீயே
அகமும் நீயே புறமும் நீயே
சாசுவதமும் நீயே பிரபஞ்சமும் நீயே
கண்ணீரும் நீயே பரவசமும் நீயே
ஆதியும் நீயே அந்தமும் நீயே
பசுமையும் நீயே அடர்வனமும் நீயே
ஆதிதாயும் நீயே கொற்றவையும் நீயே
அப்ரோடைட்டும் நீயே ப்ரைடாவும் நீயே
அன்னாவும் நீயே தாஸ்தாயேவ்ஸ்கியும் நீயே
செல்மாவும் நீயே ஜிப்ரானும் நீயே
ரோமியோவும் நீயே ஜூலியட்டும் நீயே
சலீமும் நீயே அனாரும் நீயே
மும்தாஜும் நீயே தாஜ்மஹாலும் நீயே
கவிதையும் நீயே காதலும் நீயே
உயிரெழுத்தும் நீயே உயிர்மெய் எழுத்தும் நீயே
ஆண்டாளும் நீயே நாச்சியார் திருமொழியும் நீயே
குரலும் நீயே கானமும் நீயே
வீணையும் நீயே உயிரிசையும் நீயே
எங்கும் எதிலும் நீ நீயே

15

முற்படுத்தப்பட்டவர்கள்
மற்றனைவரையும்
அவமதிக்கிறார்கள்.
முற்படுத்தப்பட்டவர்கள்
அவமதிப்பதாய்
பிற்படுத்தப்பட்டவர்கள்
காயப்படுகிறார்கள்.
பிற்படுத்தப்பட்டவர்கள்
முற்படுத்தப்பட்டவர்கள்
காயப்படுத்துவதாய் சொல்லி
மிகவும் பிற்படுத்தப்பட்டவர்களை
அவமதிக்கிறார்கள்.
மிகவும் பிற்படுத்தப்பட்டவர்கள்
பிற்படுத்தப்பட்டவர்கள்
காயப்படுத்துவதாய் சொல்லி
தாழ்த்தப்பட்டவர்களை
அவமதிக்கிறார்கள்.
தாழ்த்தப்பட்டவர்கள்
மிகவும் பிற்படுத்தப்பட்டவர்கள்
காயப்படுத்துவதாய் சொல்லி
மிகவும் தாழ்த்தப்பட்டவர்களை
அவமதிக்கிறார்கள்.
மிகவும் தாழ்த்தப்பட்டவர்கள்
பிற வகுப்பினர்
காயப்படுத்துவதாய் சொல்லி
மிக மிக தாழ்த்தப்பட்டவர் யாரென
அவமதிக்க ஆள் தேடுகிறார்கள்.

16

இடது கை
சற்றே தரம் தாழ்த்தப்பட்டிருக்கிறது
அசுத்தப்படுகிற வலக்கை
சுத்தப்படுத்தப்பட்டதும்
தூய்மையாகி விடுகிறது
இடக்கை அப்படி
இங்கே ஆவதில்லை
இடக்கை பழக்கம்
வலப்பக்க மூளையின்
கூடுதல் சக்தி நிர்ணயிக்கிற அறிவியல்
இடக்கையில் உண்பவர்கள்
இடக்கையில் எழுதுபவர்கள்
நிமிர்த்தி வைக்கப்பட்ட அடிக்கோல்
புறங்கையில் கண்டிப்பை பிரயோகித்து
மூளையின் திசையை திரிக்கிறது
இடக்கையிலும்
மோதிர விரலை விட
நடுவிரல் தீண்டத் தகாதது
கறுப்பு வெள்ளையை விட
சற்றே மட்டு குறைந்தது
உடம்பைக் கடந்து மனதை
புறத்தைக் கடந்து அகத்தை
தரிசிக்க விடாமல்

வெள்ளை நிறம் தடை போடுகிறது
ஆணைப் பெண் அறிவில்
இரண்டாம் இடம்
என்று அடித்துச் சொல்கிறது
இந்த சமூகம்
இடப்பக்கத்தை விட
வலப்பக்கம் உசத்தி
என நினைப்பதால்
இடது கை
சற்றே தரம் தாழ்த்தப்பட்டிருக்கிறது

17

பள்ளி
பொய் சொல்லாதே
என்கிறது.
சாட்சியங்களோடு
பொய் சொல் என்கிறது
நீதிமன்றம்.
பொய்யென்று தெரிந்தாலும்
பொய்யே சொல் என்கிறது
கலையிலக்கிய தலைமை.
தனக்கு பிடித்த மாதிரி
சொல்லியபடி இரு என்கிறது
அலுவலக அதிகாரம்.
உண்மை போல்
பொய் சொல் என்கிறது
ஆதிக்க அரசியல்.

18

உறைவுற்றிருக்கிறது
சிதிலமுற்றிருக்கும்
டைட்டானிக் ஆன்மாவின்
அடியாளத்தில் அலைந்தாடுகிறது
ரோஸ் — தாசனின்
ஒன்றியைந்த படிமம்
ஓ.என்.ஜி.சி பணிக் காலத்தில்
கப்பலில் புழங்கப்படாத
ஒன்பதாவது ஃப்புளோரின்
சிதிலத்தோடு தனிமையில்
உணர்வாடியபோது
ஒரு காலத்தில் பரபரப்பாய்
அத்தனை கவனத்திற்கு
அடையாளமாய் இருந்து
இன்று கேட்பாரற்று இருக்கிற
அதிர்வின் அங்கலாய்ப்பை
தீரா உரையாடலில்
உணர்த்த துவங்குகையில்
தன்னிச்சையாய்
பெருக்கெடுத்து விடுகிறது
இதய கண்ணீர்.

19

நல்லவர்களே அங்கில்லை
கெட்டவர்கள் இல்லாததால்
உண்மை சொல்பவர்களே அங்கில்லை
பொய் பேசுகிறவர்கள் இல்லாததால்
ஏமாளிகளே அங்கில்லை
ஏமாற்றுபவர்கள் இல்லாததால்
யாசகம் பெருகிறவர்களே அங்கில்லை
பஞ்சம் என்பதை அறிந்திராததால்
சாலைகள் ஏரிகள்
பெருமழைக்கும் பெயர்வதில்லை
நதிநீர் பிரச்சினை அங்கில்லை
சுயநல குறுகலரசியல் இல்லாததால்
லஞ்சம் அங்கே இல்லாததால்
வன்கொடுமை அங்கில்லை
பாலியல் வறட்சி செயற்கையாய்
அங்கே ஏற்படுத்தப்படாததால்
வருமானவரித்துறை மிரட்டல் இல்லை
முதுகெலும்பற்ற ஆட்சி இல்லாததால்
யுத்தங்கள் அங்கில்லை
போட்டி பொறாமை அங்கில்லாததால்
அகௌரவக்கொலைகள் அங்கில்லை
சாதி,மத,அந்தஸ்து வெறி அங்கில்லாததால்
காதல் கதைகள் அங்கில்லை
காதல் எதிரிகள் அங்கில்லாததால்

20

எப்போதும் வான்கா
மனதில் இருக்கிறார்
காதலின் ஈரப்படிமமாய்
ஆதர்ச தோழமை வரைகிறது
வாழ்வியல் ஓவியம்
உணர்வெழுதலின் அடர்படிமம்
வான்காவாக
நடுநிசி சாலைகளில்
உயிர்ப்பை தேடி
அலைந்து திரிகிறது
காதல்
காதலாகவே உளமாறி
முன்பு ஓர் இரவில்
காதல் வசித்த வீட்டின்
மாடி ஜனனல் வழி
எதிரே இருக்கிற
மரத்தடியில் இருந்தபடி
தான் ஒருதலையாய்
நேசித்தவளின்
உயிர்மை படிமத்தின்
முதல் தரிசனம் கண்டு
ஞானம் கொண்ட இடத்திற்கு
எப்போதெல்லாம்

காதல் அலைக்கழைக்கிறதோ
அப்போதெல்லாம்
இரவென்றும் பாராமல்
பல மைல் தூரம் நடந்து
அந்த போதி மரம் அடைந்து
அசையாத மோனத்தில்
இரவு முழுக்க
பனியில் நின்று ஞானித்து
அத்தனையும் பெற்று விட்ட
நிறைவின்
கண்ணீர் உறைவை
மனதின் அடியாழத்தில்
தேக்கிக் கொண்டு
திரும்பும் காதலுக்குள்
எப்போதுமாக இருக்கிறது
அக்கதகதப்பின் ரணம்

21

இயந்திரன் திரைப்படத்தில்
நெருப்பில்
சிக்கிக்கொள்ளும் பெண்ணை
ஆபாசமறியாத ரோபோ
உயிரைக் கொடுத்து
காப்பாற்றுகிறது
ஆடை எரிந்த நிலையில்
நிர்வாணமாய்
காப்பாற்றியதில்
அவள் ஓடிப் போய்
லாரியில் அடிபட்டு
நிர்வாணத்தையும் உயிரையும்
ஆபாசப்படுத்தி
நடுத்தெருவில்
அம்மணமாய் மரிக்கிறாள்

22

ஔரங்கசீப் மரபணு சங்கிலியிடுக்கின்
ஆய்வறிக்கையில் பதுங்கியிருக்கிறது
சொல்லாமல் சொல்லும் குறியீடாய்
ஷாஜகான் மும்தாஜ் கைப்பற்றிய
பெருங்கதையின் சூட்சும வரலாறு.
மேலும் பின்னோக்கி
கரடுமுரடான முட்பாதையில்
புதைவுற்றிருக்கும் அச்சங்கிலியின்
முவ்வாயிரம் வருட பயணிப்பில்
திடீரென ஒரு ரகசிய திருப்பத்தில்
நீளும் மாயக்கரம் பிடித்திழுத்து
பாதாள அறைக்குள் தள்ளி
நிலவுடமை பூட்டிட்டிருக்கிறது.
மேலும் மேலும்
பின்னோக்கி செல்கையில்
புன்னகைக்கிறது தாய் வழிச் சமூகம்.

23

பாரதி இன்னும் பிறக்கவில்லை
வயது மனதால் அளக்கப்படுகிறது
காலம் தாண்டி சிந்தித்தவனின் படைப்புலகம்
விரிந்து விரிந்து
சதா முன்னோக்கி பயணிக்க
காலம் தேங்கி நிற்கிறது அங்கேயே.
அறிந்த அந்த பெண்மணிக்கு
அடக்கமாட்டாத பெருமிதம்
பத்து வயது மகன்
பதினாறு வயது மகளை
பள்ளித் தோழனோடு
சிரித்துப் பேசியதற்காக
மனது வீங்க
நங்கென கொட்டி விட்டதற்கு
பாரதி இன்னும் பிறக்கவேயில்லை.
பாரதி பிறக்க தவமிருக்கிறது
காத்திருக்கும் காலம்.

24

வசீகரமான வண்ணம்
விலையுயர்ந்த காலணி
வாங்கியதும் தான் தெரிந்தது
போடுவதற்கு மிருதுவாகவும் இல்லை
கச்சிதமாகவும் இல்லை
விரைவிலேயே குதிங்கால் வலி
விடவும் மனசில்லை விலை அதிகம்
பயணிக்கையில் எல்லாம் வலி துடித்தது
மலிவாய் ஒரு செருப்பு
போடுவதற்கு அத்தனை இதம்
விழாக்களுக்கும் விசேஷங்களுக்கும்
வழக்கம் போல் வசீகர வலி
மற்றைய பெரும்பாலான நேரங்களில்
மலிவின் பாந்தம்
கூட்டுப்பார்வை முன்
அணியத் தான் துணிவில்லை
தொடர்ந்தது வலியோடு சிரிக்கிற நாடகம்
மாறிமாறி விளையாடியது கண்ணாமூச்சி
ஒரு நாள் பளிச்சென தோன்ற
மலிவான மகிழ்வணிந்தபடி
விலையுயர்ந்த வசீகரத்தை
வாசல் தாண்டி வைத்து வந்த மாத்திரம்
மாயமந்திரமாய் நொடியில்
மறைந்தே போனது
மறுபடி அதே இடத்தில்
தோன்றுமென காத்திருக்கிறது
நம்பிக்கை

25

எதிர்பார்ப்பற்ற
ஆத்தீகத்திற்குள்ளும்
அறிவார்ந்த
நாத்தீகத்திற்குள்ளும்
ஒளிர்கிறது ஞானம்.
அறிவார்ந்த ஆத்தீகம்
அன்பார்ந்த நாத்தீகம்
இணைவின் புள்ளியில்
விடியக் காத்திருக்கிறது
ஆன்மீகம்

26

உயிரற்றவைகளை
உயிர்த்தெழச் செய்து
ஊர் சுற்றித் திரியும்
உலா
இருக்காத பாத்திரங்களில்
இல்லாத பண்டங்கள் சமைத்து
காகம் உட்பட பகிர
அனைத்துயிர் பசியாற்றல்
மாயாஜால உலகில்
உயிருள்ளவற்றோடும்
உயிரற்றவற்றோடும்
திகட்டாத உரையாடல்.
உயிரற்ற உயிர்ப்புகளோடு
சிநேகம் கொண்டிருக்கும்
ஞானவெளி
பொம்மைகள் உலகிற்கு
உயிரளித்து
உடன் சேர்க்கிற கொஞ்சல்.
பால் பேதமற்ற
பாச வெளியின்
பறத்தல்
உயர்திணை அஃறிணை
பிரிவினை அறியாத

அகராதி
நினைத்த மாத்திரம்
நினைத்த இடம்
மனவூர்தியில்
பயணிக்கும் ஜாலம்.
வலிகளிலிருந்து
நொடியில் விடுபட்டு
புன்னகை தோட்டமாய்
பூத்து விடும் சூட்சுமம்.
மகிழ் பூக்களால்
எந்த நேரமும்
நிறைந்திருக்கும்
கவலையற்ற உலகை
செலவில்லாமல்
சிருட்டிக்கும்
மந்திரக்கோல்
எல்லாவற்றையும்
நம்பிவிடும்
வெள்ளந்தி பரவசத்தில்
நம்பிக்கை

முற்றுப்புள்ளி
அறியா வாக்கியமாய்
நிறுத்தாது பரிசளிக்கும்
புன்னகை உலகம்
கனவுகளுக்கு
எண்ணற்ற வண்ணம் பூசி
உயிரூட்டும் மாய யதார்த்தத்தின்
அதி நிஜம்.
கடவுள்தன்மையாய்
கடவுளின் கடவுளெனும்
எடையற்ற அரூப கிரீடத்தின்
அகந்தையற்ற படிமம்

27

ஆளில்லாத வனத்தின் தனிமையில்
நடை பயில்கிறது
பெருங்காதல்
எதுவுமற்ற சாலையில்
எங்கெங்கும்
காதலின் வாசம்
பதிந்து கரைந்திருக்கும்
பாதத்தடங்களில்
அரூப கண்ணீருக்குள் உறைவுற்றிருக்கிறது

28

பொம்மைகள் கோபிப்பதேயில்லை
விலைமதிப்பற்ற நேசங்கள் அவை
பொம்மைகள் எப்போதும்
நம்மை நாமாகவே ஏற்றுக்கொள்கின்றன
எப்போதும் புன்னகையோடே வரவேற்கின்றன
பொம்மைகள் நாம் நினைப்பதை
நினைப்பதற்கு முன்பே பேசி
நம்மை பரவசப்படுத்துகின்றன
பொம்மைகள் எதிர்பார்ப்பற்றவை.
அளவிடமுடியாத ப்ரியங்களை
அள்ளிஅள்ளி
தந்து கொண்டேயிருப்பவை..
முகமூடியில்லாத அகங்கள் அவை
பரவசங்களின் பொக்கிஷங்கள்
எப்போதும் குழந்தைமை இழக்காதவை
வாழ்நாள் முழுவதும்
குழந்தையாகவே இருப்பவை.
கோடுகள் அற்றவை
காலங்களும் அற்றவை
நிகழ்நொடிகளில் வாழ்கிறவை
இனிக்கும் கனவுலகத் தூதுவர்கள்
நிலைமாறாத நேசத்தின் படிமங்கள்

29

ஆழ்ந்த யோசனையில்
தனித்திருந்தபடி
மூலையில் வலைபின்னும்
சிலந்தியோடு
சிநேகமாயிருக்கிறேன்
பால்ய கால சகி
பரிசளித்த கிரையான்ஸோடு
சிநேகமாயிருக்கிறேன்
கல்லூரியின் பிரிவு
உபச்சார விழாவில் பரிசளித்த
நவீன ஓவியத்தோடு
சிநேகமாயிருக்கிறேன்
பவல் கொய்லோவின் ரசவாதி
நாவல் பக்கத்தின் இடுக்கில்
பத்திரப்படுத்தியிருக்கிற
மயிலிறகோடு
சிநேகமாயிருக்கிறேன்
ஸ்டெல்லா புரூஸ் எழுதிய
ஐ லவ் எவ்ரிதிங் அன்டர் தி ஸன்
கதை நாயகியோடு
சிநேகமாயிருக்கிறேன்
தொலைக்காட்சியில்
மயிலைப் பிரிந்து

ரயிலில் செல்லும்
சப்பாணியோடு
சிநேகமாயிருக்கிறேன்
படுக்கையறை சாளரம்
வழி தெரியும்
பால் நிலவோடு
சிநேகமாயிருக்கிறேன்
உதிரும் சுவர் காரை
வரையும் வினோத சித்திரத்தோடு
சிநேகமாயிருக்கிறேன்
ஜன்னல் கம்பியில் அமர்ந்தபடி
வாலாட்டும் அணிலோடு
சிநேகமாயிருக்கிறேன்
அமாவாசை இருளில் மினுங்கும்
நட்சத்திர சிமிட்டலோடு
சிநேகமாயிருக்கிறேன்
வாஞ்சையோடு
விரல் மீது வந்தமரும்
பட்டாம்பூச்சியோடு
சிநேகமாயிருக்கிறேன்
பார்த்ததும்
துள்ளிக் கொண்டு ஓடி வரும்
குடுவைக்குள்ளிருக்கும்
தங்க மீன்களோடு
சிநேகமாயிருக்கிறேன்
எங்கிருந்தோ
தூரத்தில் கேட்கும்
மெல்லிசையோடு
சிநேகமாயிருக்கிறேன்
விடியலில் கேட்கும்
சேவலின் கூவலோடு
சிநேகமாயிருக்கிறேன்
ஆள்காட்டி விரல் நுனியில்
பேனா பசியில் வரைந்த
கேலிச்சித்திரத்தோடு

சிநேகமாயிருக்கிறேன்
அந்தர வானில் அலைபாயும்
அறுந்து போன பட்டத்தோடு
சிநேகமாயிருக்கிறேன்
நினைவலைகளின்
மீளுருவாக்கத்தில்
சிலிர்த்தெழும் கண்ணீரோடு
சிநேகமாயிருக்கிறேன்
திசை தேடியலையும்
சிற்றெறும்போடு
சிநேகமாயிருக்கிறேன்
கூடுதலாய்
தனிமையின் இனிமையோடும்
சிநேகமாயிருக்கிறேன்

30

வித்துகள் தன்னைத்தானே
அவதானிக்கின்றன
உற்று நோக்குகின்றன
ஞானிக்கின்றன
வித்தின் விருப்பத்தை
உணர்கின்றன
விருப்பத்தை நோக்கி
விடாமல் பயணிக்கின்றன
மா வித்து
மாம்பழம் காய்க்கிறது
வேம்பு
வேப்பம் பழம் காய்க்கிறது
ஆப்பிள் ஆப்பிள்
கொய்யா கொய்யா
தர்பூசணிக்கு
தர்பூசணி காய்க்க வேண்டுமென்று
தெரிந்திருக்கிறது
மா ஆப்பிள் காய்க்க
நினைப்பதுமில்லை
நிர்பந்திக்கப்படுவதுமில்லை
மா மரங்கள் ஒரு நாளும்
மாம்பழத்தின் விலை சரிந்து
ஆப்பிள் விலை அதிகரிக்கையில்

ஆப்பிள் காய்க்க நினைப்பதில்லை
மற்ற மரங்களால்
காட்டாயப்படுத்தப்படுவதுமில்லை
தாய் மண், மொழி
உணர்வு, வாசம், மறந்து
ஊர் விட்டு ஊர்
நாடு விட்டு நாடு
பெயர்த்துக் கொண்டு
இடப்பெயர்ச்சி செய்ய
நினைப்பதில்லை
மா ஒரு நாளும்
ஆப்பிளாகி
நாடு கடந்து
ஆப்பிள் மண் தேடி
செல்வதுமில்லை
வணிக கணக்குகளை
லட்சியம் செய்வதுமில்லை
அப்படி இருக்கவில்லையென்று
வெதும்புவதுமில்லை
நிலையாமைகளை
நிரந்தரமானதென்று
நம்புவதுமில்லை
சுற்றி இருக்கிற மரங்கள்
எந்த மரத்தையும்
நீ இந்த வகை
வண்ணத்துப்பூச்சி மூலமே
இந்த வகை தேனீ மூலமே
மகரந்தச் சேர்க்கை கொண்டு
இனவிருத்திச் செய்ய
வேண்டுமென
மிரட்டுவதில்லை
கட்டாயப்படுத்துவதில்லை
வீழ்த்த நினைப்பதுமில்லை
மரம் தன் விருப்பத்தை
லட்சியத்தை

திட்டமிடலை
தானே முடிவெடுக்கிறது
அது சுற்றியுள்ள
வெவ்வேறு தாவரங்களை
கேட்டு முடிவெடுப்பதில்லை
ஆழ்விருப்பத்தின் வழியே
இதயத்தின் குரலைக் கேட்டே
எதையும் முடிவெடுக்கிறது
எப்போதும் எண்ணங்களை
இயல்பாகவே வைத்திருக்கிறது
தீரா நதியின் வழித்தடத்தில்
உற்சாகமாய் பயணிக்கிறது
மா ஆப்பிள் காய்க்க
பக்கத்து மரங்கள் நிர்பந்தித்தால்
மறுநொடியே மறுத்து விடுகிறது
மாமரம் பக்கத்தில் இருக்கும்
வாழை மரத்தின் பேச்சைக் கேட்டு
ஒரு நாளும் வாழை மரமாகி
விடலாமாவென்று முடிவெடுப்பதில்லை

31

அரிதாகவே
நிகழ் நாளின்
கிழிபடல்
கைவசப்படுகிறது

நாள்காட்டியில்
ஒருமுறை கிழிக்கையில்
சேர்த்துக் கிழித்துவிட
பிறக்காத நாட்களுக்குள்
தாவி விடுகிறது

சமயங்களில் கிழிக்க மறந்து
கடந்த நாட்களிலேயே
தங்கி விடுகிறது

32

பொய்யெல்லாம்
பொய்யல்ல
மெய்காக்கும் பொய்
பொய்யல்ல
அறம் காக்கும் பொய்
பொய்யல்ல
உயிர் காக்கும் பொய்
பொய்யல்ல
பசி தீர்க்கும் பொய்
பொய்யல்ல
விளையாட்டு பொய்
பொய்யல்ல
பாதகம் செய்யாத பொய்
பொய்யல்ல
கவிதையின் அதிநிஜ பொய்
பொய்யல்ல
மானம் காக்கும் பொய்
பொய்யல்ல
வன்முறை தடுக்கும் பொய்
பொய்யல்ல
உணர்வு போற்றும் பொய்
பொய்யல்ல
பொய்யெல்லாம்
பொய்யல்ல

33

சில நொடிகளில்
எரிந்து மறையப் போவதறிந்தும்
ஒளிர்ந்து ஒளி நிறைத்து கரைகிறது
எரிநட்சத்திரம்
தூக்கணாங்குருவி
கூட்டின் தலைக்குள் களிமண்ணில்
தலைகீழாய் பொருத்தப்பட்டு
மூச்சடங்கிய பின்னும்
விடாமல் சுடர்கிறது மின்மினி
ஒற்றை நாளில்
எந்த கணத்தில் வேண்டுமானாலும்
இறுதிக் காட்சி
அரங்கேறப் போவது அறிந்திருந்தும்
வான் நோக்கி பறக்கவே
யத்தனிக்கிறது ஈசல்
சில நொடிகளில்
உடைந்து விட இருப்பது தெரிந்திருந்தும்
வர்ணஜால வானவில் விரித்து
விஸ்வரூப தரிசனம் காட்டுகிறது நீர்க்குமிழி
தன்னை அடையாளப்படுத்தாமல்
தன் இலக்கின் கலையை
தன் அடையாளமாக்குகிறது

34

நெடுங்காலமாய் தூசிக்கு இடையில்
கைக்கிளை காதலாய்
உறைவுற்று கிடக்கிறது புத்தகமொன்று
நிகழ்த்துகிறது விடாத தவம்
நெடுங்காலம் தேடியலையும்
ஆன்மத்தின் ஸ்பரிசிப்பில்
மீளுருவாக்கம் கொள்ளும்
உயிர்ப்புறும் அகலிகை சிலை
நொடியில் ஒப்புக் கொடுக்கிறது
காதலுற்ற காதலிடம்
அந்த நொடியிலேயே
அழைத்துச் செல்லும்படியும்
பிரிந்தினி ஒரு கணம் கூட
உயிர் வாழேன் என்றும்
ரகசிய கண்ணீர் உகுக்கிறது
தாளமுடியாத காதலொடு
நூலகத்தில்
தெண்டம் கட்டியோ
தரமறுப்பின்
ரகசியமாய் திருடியோ
காந்தர்வப் பாதையில்
கவர்ந்து செல்லென்று
நேசத்தில் உருகி
மௌனத் தேம்பலோடு
படபடத்தேங்குகிறது

35

காலணியை வணங்குகிறேன்
சுமக்க முகம் சுளிப்பதில்லை
வாகனத்தை வணங்குகிறேன்
அசுத்த சாலைகளிலும்
பயணிக்க தயங்குவதில்லை
ஆடையை வணங்குகிறேன்
புழுக்கத்தில் நாசி பொத்துவதில்லை
கண்களை வணங்குகிறேன்
பார்ப்பதில் பேதம் காட்டுவதில்லை
நாவை வணங்குகிறேன்
பேச்சின் இடையே
தவறுதலாய் கடித்துக்கொண்டாலும்
அத்தனை ருசியையும்
உணர்த்தாமல் இருப்பதில்லை
முகக்கண்ணாடியை வணங்குகிறேன்
தூசிகளால் தும்முவதில்லை
கற்களை வணங்குகிறேன்
இடித்துக்கொண்ட போதும்
திரும்ப வந்து இடிப்பதில்லை
காதுகளை வணங்குகிறேன்
மதுர இசையை தேடித்தேடி
உள்வாங்க திகட்டுவதில்லை
மனதை வணங்குகிறேன்
நேசிக்க தயங்குவதில்லை

36

சபிக்கிற போதெல்லாம்
சபிக்கப்படுகிறோம்
திட்டுகிற போதெல்லாம்
திட்டப்படுகிறோம்
கெடுக்கிற போதெல்லாம்
கெடுக்கப்படுகிறோம்
அழிக்கிற போதெல்லாம்
அழிக்கப்படுகிறோம்
சிதைக்கிற போதெல்லாம்
சிதைக்கப்படுகிறோம்
நிந்திக்கிற போதெல்லாம்
நிந்திக்கப்படுகிறோம்
ஒடுக்குகிற போதெல்லாம்
ஒடுக்கப்படுகிறோம்
பொறாமையாகிற போதெல்லாம்
பொறாமையாக்கப்படுகிறோம்
சந்தேகப்படுகிற போதெல்லாம்
சந்தேகமாக்கப்படுகிறோம்
உடமையாக்குகிற போதெல்லாம்
உடமையாக்கப்படுகிறோம்
எரிக்கிற போதெல்லாம்
எரிக்கப்படுகிறோம்

கொல்கிற போதெல்லாம்
கொல்லப்படுகிறோம்
தண்டிக்கிற போதெல்லாம்
தண்டிக்கப்படுகிறோம்
வெறுக்கிற போதெல்லாம்
வெறுக்கப்படுகிறோம்
மறுக்கிற போதெல்லாம்
மறுக்கப்படுகிறோம்
தடுக்கிற போதெல்லாம்
தடுக்கப்படுகிறோம்
காயப்படுத்தும் போதெல்லாம்
காயப்படுத்தப்படுகிறோம்
குறுக்குகிற போதெல்லாம்
குறுக்கப்படுகிறோம்
விசாலமாகிற போதெல்லாம்
விசாலமாக்கப்படுகிறோம்
இகழ்கிற போதெல்லாம்
இகழப்படுகிறோம்
அடக்குகிற போதெல்லாம்
அடக்கப்படுகிறோம்
வீழ்த்துகிற போதெல்லாம்
வீழ்த்தப்படுகிறோம்
அன்பாகிற போதெல்லாம்
அன்பாக்கப்படுகிறோம்
வெறுக்கிற போதெல்லாம்
வெறுக்கப்படுகிறோம்
திருடுகிற போதெல்லாம்
திருடப்படுகிறோம்
ஏமாற்றுகிற போதெல்லாம்
ஏமாற்றப்படுகிறோம்
சிலுவையில் அறைகிற போதெல்லாம்
சிலுவையில் அறையப்படுகிறோம்
சுடுகிற போதெல்லாம்
சுடப்படுகிறோம்
உதிர்க்கிற போதெல்லாம்

உதிர்க்கப்படுகிறோம்
நேசிக்கிற போதெல்லாம்
நேசிக்கப்படுகிறோம்
மதிக்கிற போதெல்லாம்
மதிக்கப்படுகிறோம்
மன்னிக்கிற போதெல்லாம்
மன்னிக்கப்படுகிறோம்
சாத்வீகமாகிற போதெல்லாம்
சாத்வீகமாக்கப்படுகிறோம்
அகிம்சையாகிற போதெல்லாம்
அகிம்சையாக்கப்படுகிறோம்
கொடுக்கிற போதெல்லாம்
கொடுக்கப்படுகிறோம்
உச்சம் தொடுகிற போதெல்லாம்
ஆழம் தொடப்படுகிறோம்

37

எங்கிருந்தோ கைக்குள்
அந்த பச்சிளம் குழந்தை
வந்து சேர்ந்து விட்டது
பெண்ணா ஆணா
கண்ணில் படவில்லை
கண்கள் விழித்து பார்க்கக் கூட
இன்னும் தெரியவில்லை
எப்போதும் கனவில்
எதையோ திரும்பத்திரும்ப கண்டு
கன்னத்தில் குழி விழ
புன்னகைத்துக் கொண்டே இருந்தது
பிடித்த சொற்களைத் தாண்டிய
பிடித்தங்களைக் கொண்டு
சிருஷ்டி கொண்டிருந்தது
தொடுகையின் கதகதப்பில்
சிலிர்த்துச் சிலிர்த்து
சிறிய கைகளிலிருந்து
நழுவிச் செல்கிற விளையாட்டாய்
தன்னைச் சிலுப்பியது
இந்த கரம் நழுவ விடாது
என்கிற நம்பிக்கை
அதன் திறக்காத கண்களுக்குள்
ஒளிர்ந்துகொண்டே இருந்தது
மார்போடு சேர்த்து
வைக்கிற போதெல்லாம்
கனவுலகிற்குள் பயணித்து
கனவுகளை அள்ளி வந்து
புன்னகைக்க துவங்க
மனச்சுனைக்குள்ளிருந்து
இளகிக் கொண்டு
விரிகிறது நீலக்கடல்

38

எதிரே இருக்கிற உலகத்திற்கும்
என் உலகத்திற்கும் இடையில்
நின்று கொண்டிருக்கிறேன்
இரு உலகங்கள் எதிரெதிர் துருவங்களாய்
எட்டாத தூரத்தில் நின்று கொண்டிருக்கின்றன.
எதிரே நின்றிருக்கிற உலகம்
ராட்சஸ உறிஞ்சலாய்
மோகிப்போடு என்னை அழைக்கிறது
அதைநோக்கி இழுபடுகிறேன்
அதை நோக்கி
அடியெடுத்து வைத்து விடமுடியவில்லை
பாதங்களை எடுத்து எடுத்து வைத்தாலும்
ஒரே இடத்தில் நின்று கொண்டிருக்கிறேன்.
திரும்பத் திரும்ப அடியெடுத்து வைக்க
ஊதைக் காற்று உத்தரவிடுகிறது
அடியெடுத்து வைக்கிற போதெல்லாம்
பின்னோக்கி நகர்ந்து என் உலகத்திற்குள்
பத்திரமாய் குதித்து விடுகிறேன்
என்னை இழுக்கும்
எதிர் உலகத்தின் கண்களில்
ஆற்றாமை கனலாய் பாய்ந்து வந்து
விழுங்க யத்தனிக்கிறது
என் உலகின் கதகதப்பு என்னை
கவசமிட்டுக் கொள்கிறது
எதிருலகு தாளா தகிப்பை எனக்குள் பாய்ச்சுகிறது
எனதான பாதங்கள் செல்கிற இடமெல்லாம்
என் உலகின் சாயல் கொண்டு விடுகின்றன.
இச்சைகள் வழியாய்
அணையாத கங்குகளை எனக்குள் இறக்குகின்றன
உணர்வுகள் கொப்புளங்களாய் விரிந்து
என் வானம் முட்டி

வளைந்து சுருண்டு நெளிந்து உயர்ந்து
மீண்டும் மீண்டும் முட்டுகின்றன
தெறிக்கும் கண்ணீர்த்துளிகளை
என்னைப் பார்த்து ஏளனம் செய்ய நிர்பந்திக்கிறது
தலையின் மகிழ்வில்
வாலின் ரணத்தை இணைக்கிற
மாயாஜாலத்தை விடாமல் நிகழ்த்துகிறது
அத்தனை சௌந்தர்ய லகரிகளோடு
காதலில்லாத அவ்வுலகு
வாரி விழுங்கி ஏப்பம் விட விடாமல் யத்தனிக்கிறது
முரண்களை ஏந்தி வந்து சீற்றத்தோடு
முட்டித் தூக்க வைக்கின்றன
என்னை எனக்கே எதிரான பிம்பமாக்கி
என்னை என்னோடு மோத விடுகின்றன
என் பாதங்கள் நழுவுகிற மாயக்கனவுகளை
என் இரவிற்குள் விடாமல் விதைக்கின்றன
உறிஞ்சும் சூறாவளி பலவந்தமாய்
என்னை அவ்வுலகிற்குள் அபகரித்து விடுகிற
ஆவேசத்தோடு ஆர்ப்பரிக்கின்றன
கம்பி மேல் நடக்கும் என் மென்பாதங்கள்
எப்படியோ அந்தரத்தில் சமநிலை வழுவாமல்
என் வனத்திற்குள் சஞ்சாரிக்கிறது
என் ஆண்மையின் கற்பை
தன் அகங்காரத்தால்
அழித்து அழித்து
கெக்கலிக்கின்றன மாயலீலா வினோதங்கள்
அறம் தாங்கி நிற்கிற கற்பு அழிவுறுகிறதில்லை
அது பெண்மையின் ரட்சிப்பில்
சாசுவத கன்னிமை கொண்டிருக்கிறது
உறிஞ்சும் அமானுசிய காற்றின் அரூபம்
உதறி உதறி என்னுலகத்திற்குள் உறைவுறுகையில்
மனதெங்கும் விரவுகிறது ஏவாளிய கனியின் சுவை

39

வாக்கியங்களுக்கு இடையே
எழுதப்படாத வாக்கியங்கள்
உணர்வின் இடுக்குகளில்
ஒளிந்திருக்கிறது
சாம்பல் பிராந்தியத்தில்
புதிர்களின் ரகசியங்களில்
ஊடாடுகிறது
சொல்லுக்குள் அடங்காத
சொற்களின் பரிபாசையில்
அரூப ஓவிங்கள்
வரைந்து வரைந்து செல்கிறது

40

இருபத்தைந்து ஆண்டிற்கு முன்னாலும்
அதே பௌர்ணமி நிலவு வந்திருந்தது
தலைக்கவசம் பற்றிய கவலையின்றி
சைக்கிளில் சுற்றித் திரிந்திருந்தோம்
ஆசைதீர ஓடியாடி களைத்த பின்
எந்தவித அச்சமுமின்றி
மன்குடத்தில் தண்ணீர்க் குடித்திருந்தோம்
காசு கொடுத்து பாட்டிலில் தண்ணீர்
வாங்கிக் குடிப்பது பற்றி
கனவிலும் அறியாதிருந்தோம்
தோழமைகளோடே ஒரே டம்ளரில்
வாய் வைத்தே குடித்திருந்தோம்
யாவருக்கும் ஒரு நோயும் வந்திருக்கவில்லை
தினமும் தித்திப்புகள் தின்றிருந்தோம்
துளியும் எடை அதிகரித்திருக்கவில்லை
வெறுங்காலில் வெயில் மழை பாராமல்
ஆறு குளம் கம்மாய் தேடிப்போய் நீராடி
கம்மாய்க்கரை வெள்ளரிக்காய் தின்றபடி
மணிக்கணக்காய் நடந்திருந்தோம்
ஒரு சேதமும் பாதங்களில் வந்ததில்லை
எப்போதும் களைத்திருந்ததில்லை
எந்த ஊட்டச்சத்து மாத்திரைகளோ,
பானங்களோ அவசியப்பட்டிருக்கவில்லை

விளையாட்டிற்கு வந்த பொம்மைகள்
விலை கொடுத்து வாங்கியதில்லை
களிமண்ணிலோ, பழைய பொருளிலோ
உருவாக்கிய பொம்மைகள் யாவும்
குதூகலமாய் விளையாடியிருந்தார்கள்
நனவுகளில் கனவுகளில் உயிர்த்திருந்து
மகிழ்ந்து மகிழ்வித்திருந்தார்கள்
கைபேசியோ, கணினியோ இல்லாமலே
தோழமைகள் குழுமியிருந்திருந்தார்கள்
தோழமைகளை பார்க்க அனுமதியின்றி
சென்று கதவு தட்டி விளையாட
அழைத்துச் சென்றிருந்தோம்
அருகிலேயே உற்றத்தாரும் சுற்றத்தாரும்
அன்பை பகிர்ந்த வண்ணம்
வாசம் செய்திருந்தார்கள்
எந்தவித விபத்து குறித்த
அச்சங்களும் இருந்திருக்கவில்லை
காப்பீட்டு திட்டங்களும்
அவசியப்பட்டிருக்கவில்லை
வீடெங்கும் கருப்பு—வெள்ளை படங்கள்
வண்ணவண்ண நினைவுகளை
ஏந்தியபடி தொங்கிக் கொண்டிருந்தது
இரவில் தாத்தா பாட்டிகளிடம்
மாயாஜால கதைகள் கேட்டிருந்தோம்
பரவசமாகிற பொழுதுகளிலெல்லாம்
அந்த கதைகளுக்குள் பயணித்து
அந்தந்த கதாபாத்திரங்களாக
வடிவெடுத்து சாகசித்திருந்தோம்
அதே பௌர்ணமி நிலவு வந்திருக்கிறது
அப்போதிருந்த காட்சிகளும் குதூகலங்களும்
கானல் நீரலைகளாய் நினைவில் புதைந்து
காணக் கிடைக்காததாய் ஒளிந்திருக்கிறது

41

பூர்வாந்திர விரிப்பின் முன்விளிம்பில்
சிறகடிக்கிறது ஆதி பறவையின் படிமம்
எல்லையற்ற நீலவானில்
கோடுகளற்ற சிறகடிப்பு
விரும்பிய இணை தேர்ந்து காதலுற்று
ஆபாசமறிந்திராத காமத்திற்குள் கரைந்துருகி
பிரசவிக்கிறது குஞ்சுகள்
குஞ்சுகளும் தாயைப் போலவே
தந்தையை அறிந்திருக்கவில்லை
அவசியப்பட்டிருக்கவுமில்லை
விசாலமான மரத்தில் விசனமின்றி
கூடி வாழ்ந்திருக்கிறது
தாயே பறத்தலின் சூட்சுமம்
கற்றுத் தருகிறது
இரை தேடித்தந்து
இரை தேடும் ஞானத்தை
அனுபவமாய் போதிக்கிறது
இயற்கை கற்பிக்கும் காதலின் வழியில்
மனங்கவர்ந்த இணைகள் கூடும்
வரம் நல்கி
சுதந்திர வெளிக்குள் பிரியா விடை தந்து
வழியனுப்பி வைக்கிறது
ஒரு நாளும் ஒரு துளியளவும்

எதையும் எதிர்பார்த்திராத உறவது
வழித்தோன்றல்களுக்கு
பறத்தல் விதி கற்பித்து
கடைத்தேற்றுதல் மட்டுமே
இயற்கையின் நியதியென
மனவணுவில்
எதிர்பார்ப்பில்லாத
பேரன்பின் சுழற்சி வித்தை
விதைத்துச் சென்றிருப்பது
பின்னாளில் உணர்வில்
அறியத் தந்திருப்பதன்றி
வேறெதுவும்
அது அறிவுரைத்ததில்லை
அது குருவியின் உருவில்
குயிலாக
குரலெடுக்க தெரிந்திருக்கவில்லை
எண்ணங்களின் எழுத்துகளை
மாற்றிப் போட்டு உரையாடவும்
அறிந்திருக்கவில்லை
அழுகைக்குள் சிரிக்கிற
நடிப்புக்கலை தெரிந்திருக்கவில்லை
உடைமைகள் சேர்த்து வைக்கவும்
யோசித்திருக்கவில்லை
மகிழ்வை சௌகர்ய ருசிகளுக்குள்
உதிர்த்திடவும் தயாராக இல்லை
எதையும் எதிர்பார்த்ததுமில்லை
வனத்தின் பெருமரக் கிளைகள்
ஒரு நாளும் கைவிட்டதுமில்லை
கனவற்ற கனவின் வெளியில்
தீராமல் சிறகடித்திருக்கிறது
ஆதிப் பறவையின் படிமம்

42

நான் எரியூட்டப்பட்ட மரம்
ஈரத்தை உறிஞ்சும் நெருப்பு
தாகித்திருக்க செய்கிறது
உட்சுரக்கும் ஈரம் மட்டும்
தீர்ந்து விடவில்லை
வேரின் கருவறையில் சேகரமாகி
அரூபத்தில் உறைவுற்றிருக்கிறது
காத்திருக்கும் கணங்களில்
என்றேனும் ஒரு நாள்
வருமென் வசந்த காலம்
நெருப்புண்டு உயிர்த்தெழும்
ஃபீனிக்ஸ் பறவையாய்
புத்துயிர்ப்பாய் துளிர்த்தெழுவேன்

43

நதி ஒரு போதும் தேங்கி நிற்பதில்லை
நகர்ந்து கொண்டே இருக்கிறது
காலத்தை நிகழ் கணத்திற்குள் நகர்த்தியபடி
பயணித்துக்கொண்டே இருக்கிறது
அதற்கு தெரிந்ததெல்லாம்
இந்த ஒற்றை கணம் மட்டும் தான்
வருகிற தடைகள் பற்றி
கவலை கொள்வதுமில்லை
ஒருபோதும் பின்வாங்குவதுமில்லை
தளர்ந்து போவதுமில்லை
உடைந்து போவதுமில்லை
தன்போக்கில் பயணித்தபடியே இருக்கிறது
தடைகள் வருகிறபோது
மாற்று வழி தேடி பயணிக்கிறது
தடை கீழே வந்து குறுக்கிட்டால்
மேல் நோக்கி பயணிக்கிறது
மேலே வந்து குறுக்கிட்டால்
கீழே புகுந்து பயணிக்கிறது
கீழும்மேலும் குறுக்கிடுகிறபோது
பக்கவாட்டில் வளைந்துவளைந்து
பயணத்தை விடாமல் பயணிக்கிறது
அணை கட்டி தடுக்க முனைகிறபோது
சக்தியை உயர்த்திக் கொண்டே சென்று
அதனை கடந்து செல்ல யத்தனிக்கிறது
மடையை திறக்க வைக்கிறது
புதிதாய் முன் விரிகிற பாதையில்
துல்லியாடும் மகிழ்வாய் பயணம் தொடர்கிறது
காலத்தை நிகழ் கணத்திற்குள்
பரிபூரண விழிப்புணர்வோடு தக்க வைக்கிறது
செயலற்ற செயலை விதைத்தபடி
விடாமல் பயணிக்கிறது

அதற்குள் சரி தவறென்று எதுவுமில்லை
அதற்குள் நிறமற்ற தெளிவிருக்கிறது
அதற்கள் ஜீவிதத்தின் புரட்சியிருக்கிறது
மகிழ்வின் வித்து அந்த நீரோட்டத்தில்
விருட்சமாய் மிதந்தபடி பசுமை விரிக்கிறது
விளிம்பற்ற அகவெளியெங்கும்
அதற்குள் சிறிதென்றும் பெரிதென்றும்
எதுவும் இல்லை
நதி நதியாகவே
எப்போதும் பயணித்துக் கொண்டிருக்கிறது.

44

அந்திவானம் குழுகுழுவாய்
சின்னஞ்சிறிய பறவைகள்
ஒரே திக்குநோக்கி
உற்சாகமாய் பறக்கின்றன
ஒவ்வொரு குழுவிலும்
எத்தனை பறவைகள்
எண்ணிக் கொண்டே
லயித்திருக்கிறது மனது
ஒன்றில் ஏழு
அப்போது ஒன்றிற்று மட்டும்
இணை இருக்காதோ
அவற்றில் விருப்பமே பிரதானம்
அவை அவற்றிலுள்ள
ஆண் பெண் இடையே
விருப்பமுள்ளவற்றோடு
விருப்பமான கால பரிமாணத்தில்
இணைந்திருக்கிறது
மகிழ்ந்திருக்கிறது
வம்சவிருத்தி செய்து
வளர்த்து ஆளாக்கி
எதையும் எதிர்பார்க்காமல்
சுதந்திரமாய் பறக்க செல்ல
வழியனுப்பி விட்டு

தன் வழியே அப்போதைய
பிடித்தமான இணையோடு
இன்னொரு புதிய திசையில்
பறக்கத் துவங்குகிறது
நொடியில் அத்தனையும்
மனதிற்குள் குறுங்காவியமாய்
விரிந்து நிறைகிறது
கூட்டங்கூட்டமாய்
விட்டுவிட்டு
ஒரே இலக்கு நோக்கி
பறக்கிற பறவைகள்
ஒவ்வொரு குழுவிலும்
எத்தனை பறவைகளென்று
எண்ணிக்கொண்டிருந்த மனதில்
திடீரென அடிக்கிறது ஒரு மின்னல்
அத்தனையும் ஒரே பறவை
அதன் பெயர் நீலப்பறவை

45

கார் மேகங்கள் ஒன்றையொன்று
அருகருகே சந்திக்க
ஏக்கத்தோடு காத்திருக்க
ஜில்லிக்கும் காற்று இடையில்
தூது போய்
ஒன்றோடு ஒன்றை
கூட வைக்கும்பொழுதில்
நடுவில் நிற்கும் காற்றின் சுழல்
கலக்கும் கார்மேகங்களை
கணக்கச் செய்து
அதன் உயிர்த்துளிகளை
ஒன்றோடு ஒன்று சேர்த்து
அடர்வு கொள்ளச் செய்கிறதில்
பரிசுத்த நீர்மை சிருட்டிக்கும்
அடைமழை ஆரம்பமாகிறது
மலை வனத்திலிருந்து
புறப்பட்ட நீர் ஆவி
புறப்பட்ட இடத்திற்கே
மழையாய் திரும்புகிறது
ஊறிஊறி ஊற்றுப்பிடித்து
ஒன்று ஓராயிரமாய் சுரக்க
மலை உச்சியிலிருந்து பாதாளத்திற்கு
பேரிரைச்சலோடு கொட்டுகிறது அருவி
அதன் ஆர்ப்பரிப்பில்
பாறைகளையும் உருட்டி வருகிறது
பரவச அருவி
சமதளத்தில் கன்றின் துள்ளலாய்
காட்டாறாய் பிரவகிக்கிறது
கல்லையும் மணலையும்
குப்பை கூழங்களையும்
ஒன்றுவிடாமல் உடன் அள்ளி

சீறிப்பாய்ந்து வருகிறது
அத்தனையையும் அள்ளி வருகிறதில்
அதன் நிறமற்ற நிறம் செந்நிறம் கொள்கிறது
ஆவேசமாய் பாய்கிறது
கரையோர குடில்களுக்குள் பாய்கிறது
சிக்கின ஆடு மாடு கோழிகளையும்
இழுத்துச் செல்கிறது
மழை வேகம் மட்டுப்பட மட்டுப்பட
ஆற்றின் சீற்றமும் மட்டுப்படுகிறது
ஆவேச மனது மெல்ல மெல்ல
நிதானமடைகிறது
நிஜமான நிறமற்ற நிறம்
அதில் பூக்கத் துவங்குகிறது
கலங்கல் கண்ணாடியாகிறது
படபடப்பு நிதானமாகிறது
ஆர்ப்பாட்டம் அசைவற்ற அசைவாகிறது
நிறமற்ற நீரோடை
நகர்கிறது தெரியாமல் நகர்கிறது
அசைவறியாதபடி அசைகிறது
ஓசையற்ற இசையில்
லயத்தோடு நகர்கிறது
அசைவற்ற அசைவு
ஓசையற்ற இசை
அழுக்கற்ற தெளிவு
வண்ணமற்ற வண்ணம்
பதட்டமற்ற நிதானம்
மனதற்ற மனம்
அழிவற்ற விளைச்சலாய்
பச்சைப் பசேலென
எங்கும் ஜீவிதம் கொள்கிறது

46

எதுவும் அப்போது ஈர்த்திருக்கவில்லை
மனதில் எதையும் எழுப்பவுமில்லை
அழகியல் எதுவும் தெரிந்திருக்கவில்லை
மேடையில் பேச எழுந்து வந்து நிற்கிறாள்
தற்செயலாய் அப்பக்கம் கடக்க யத்தனிக்கிறேன்
அந்த கணம் ஆசீவகத்தின் தற்செயலானது
அலட்சியமாய் சுவாரஸ்யமற்ற பக்கங்களை
வாசிக்க மனம் செல்லாமல்
ஆட்காட்டி விரலை நாவில் தொட்டு புரட்டி
கடந்து செல்கிற வேகத்திலேயே
அந்த பிம்பத்தை கண்டும் காணாமல்
கடந்து செல்ல யத்தனிக்கிறேன்
பேச்சின் முதல் வாக்கியம் கேட்ட கணம்
நகரும் கால்கள் தடா அறிவிக்கின்றன
காலம் தன்னை மறந்து போகிறது
நான் என்னை மறந்து போகிறேன்
என் வசம் நான் இல்லை
வேறு ஏதோவொன்றாய் ஆகி விடுறேன்
மனதில் ஒன்றே ஒன்று தான் தோன்றுகிறது
இந்த கவிதையின் ஈங்காரம் நிற்கவே கூடாது
செவித்திறன் தீரவே கூடாது
மனமெங்கும் முட்டுகிறது பரவச அழுகை

மனவிழி மறைக்க பார்வை தன் புலன் இழக்கிறது
எங்கும் மங்கலாய் இழுவி விட்ட நவீனவோவியமாய்
அந்த குரல் மட்டும் மந்தகாசமாய் நிறைக்கிறது
அத்தனையும் ஒடுங்கி ஓர்மை கொள்ள
பேரழகின் தரிசனம் மட்டும் உணர்வில் விரிகிறது
சில கணங்கள் இடைவெளியில்
கவனிக்க பிரயத்தனப்படாதிருந்த பக்கங்கள்
திரும்பத்திரும்ப படித்தும் தீராத பக்கங்களாய்
உள்ளுக்குள்
விரிந்து கொண்டே செல்கிறது
அழகற்ற துவக்கமென்று
அலட்சியமாய் அனுமானித்தது
அழகின் அழகாக மாறி
கண்ணாமூச்சி காட்டுகிறது

47

மகிழ்ச்சியாக வாழ்ந்து வந்தன
முன்னொரு காலத்தில் பறவைகள்
தன்னை ஆளாக்கிய இயற்கையிடம்
நன்றி மறக்காமல் இருந்து வந்தன
கனிகள் வழங்கிய மரங்களுக்கு
பிரதியுபகாரமாய்
வனங்களை உண்டாக்கித் தந்தன
உயிர் தந்த இயற்கைக்கு விசுவாசமாய்
உலகமெங்கும்
உயிர்க்காற்றை நிரப்பச் செய்தன
விலங்குகளும் மனிதம் பேணின
பிற்பாடு மானுடம் வந்தடைந்தது
வேட்டையை துவக்கியது
விவசாயம் கண்டறிந்தது
இயற்கையோடு இயற்கையாக
மானுடம் வாழ
அத்தனை உதவிகளையும்
பிரியத்தோடு செய்து வந்தன
மகிழ்ச்சி மட்டுமே பிரதானமென்பதில்
தெளிவாயிருந்ததால்
அவற்றிடம் பொய் இல்லை
புரட்டு இல்லை
முகமூடி இல்லை
வஞ்சம் இல்லை
பகிர்ந்துண்டு மகிழ்ந்திருந்தன
கட்டற்ற சுதந்திரத்தில் களித்திருந்தன
உருவாக்கிய வனத்தை ஒரு நாளும்
உடைமையாக்கிக் கொள்ள
யத்தனிக்கவில்லை
அதற்குப் பெயர் வனம் என்பது கூட
அறிந்திருக்கவில்லை

தேசாந்திரியாய்
உலகாந்திரியாய்
வழிப்போக்கர்களாய்
வலசை போய் வந்திருந்தன
வாழ்விற்கு அர்த்தமாய்
வழிவழியாய் வனங்களை
வாழும் இடமெல்லாம்
விருத்தி செய்து வந்தன
இயற்கை செழித்திருநத்து
பூக்கள் பூரிப்பில்
புன்னகைத்திருந்தது

எச்சத்தையும் பூமிக்கு உரமாக்கின
இயற்கை விவசாயியாய் செயல்பட்டன
விதைப்பதை சொல்லிக் கொள்ளாமலே
மனமற்ற மனமாய்
விதைத்துச் சென்றன
பூச்சிகள் உண்டன
எலிகள் தவளைகள் பூரான்கள் தேள்கள்
பாம்புகள் உண்டு கட்டுக்குள் வைத்தன
இயற்கை விவசாயத்தை
இயற்கையாகவே செய்வித்தன
கானம் பாடின
சேர்ந்திசைத்து பண் பாடின
முழுஈடுபாட்டோடு கலவி கொண்டன
வம்ச விருத்தியை
ஆபாசமறியாத காமத்தின் காதலின் மூலம்
விஸ்தாரமாய் விரித்து எழுதின
அடுத்த தலைமுறைகள் ஆளானதும்
எந்தவித எதிர்பார்ப்புமின்றி
சுதந்திரமாய் பறந்து செல்ல
அரவமின்றி வழியனுப்பி வைத்தன
ஒரு நாள் மானுடம் அறிவியலை
வணிகமயமாக்க திட்டமிட்டது
போட்டி பொறாமை சூது சூழ்ச்சி

பரஸ்பரம் அழித்துக் கொள்ள
அறை போட்டு திட்டம் தீட்டியதில்
பிரபஞ்சம் எதிர்மறை தணலால்
தகிக்கத் துவங்கியது
எதிர்மறை எண்ணங்களை
நிறைக்கத் துவங்கின
பதவிக்கு வந்த மானுடம்
பறவைகள் உண்டாக்கிய
வளங்களை வானங்களை
ரகசியமாய் வெட்டி காசாக்கியது
யுத்தங்கள் வலிய வந்து வெடித்தன
பெண்களிடம் சாமர்த்தியமாய்
சுதந்திரம் பறிக்கப்பட்டது
அடிமையாக்கப்பட்டதும் தெரியாத
தந்திரங்களில் பழக்கி
அடிமை கொள்ளப்பட்டார்கள்
தந்திரங்களே உலகின் பிரதான மந்திரமென
பரலாபித்தார்கள்
பிரிவினைகள் பேதங்களை
விடாமல் விதைக்கத் துவங்கின
மின்காந்த அலை கதிர்வீச்சுகளின்
அதீத அதிர்வில்
சிட்டுக்குருவிகள் சத்தமில்லாமல்
கழுவேற்றப்பட்டன
பத்தாயிரம் வகை பறவைகளில்
இங்கே வாழ்ந்ததன் சுவடின்றி
பாதிக்கு மேல் காணாமல் போயின
வனங்களை உருவாக்கித் தந்திருந்த
கோடானுகோடி பறவைகள்
அதில் ஒரு கனி கூட சுவைக்காமல்
அழிந்து போயிருக்கின்றன
அதன் வரலாற்று ரகசியங்கள்
அடியோடு அழித்தொழிக்கப்பட்டன
துவேசங்கள் வெற்றிக்கொடி நாட்டின
கோசங்கள் வேதங்களாகின

உயிர்கள் உணர்வற்ற ஜடங்களாகின
மானுடம் மனிதத்தின் அர்த்தத்தை
தொலைத்துவிட்டு
தொலைத்த இடம் மறந்து
வேறு எங்கெங்கோ
தேடிக் கொண்டிருக்கின்றன
பறவைகள் இப்போதெல்லாம் மானுடத்தை
கூர்ந்து அவதானிக்க ஆரம்பித்திருக்கின்றன
அதில் புழங்கும் சூதுவாதுகளை
கள்ளத்தனங்களை கயமைகளை
உற்று நோக்க ஆரம்பித்திருக்கின்றன
சாது மிரள்வது
சாத்தியமற்றது ஒன்றுமில்லை
முன்பும் அப்படியெல்லாம்
நடந்திருக்கிற கதைகள் இங்குண்டு
பறவைகள் மீண்டும் மீண்டும்
மன்னிக்க தயாராகவேயிருக்கின்றன
அதனை மானுடம் புரிந்து கொள்ள நேர்கையில்
இந்த அண்டம் பறவைகளின் அறச்சீற்றத்திலிருந்து
தப்பிப்பிழைக்க வழி இல்லாமல் இல்லை
உணவுச் சங்கிலியில்
ஒன்றை ஒன்று சார்ந்திருக்கிற
இயற்கையின் சூட்சுமம்
அறிந்திருக்கிற பறவைகளும் விலங்குகளும்
அன்றைய உணவிற்கு
ஒரு பருக்கை கூடுதலாக தேட
ஒரு நாளும் நினைத்ததில்லை
அவற்றால்
எந்தவொரு இனமும் அநித்ததாக
சரித்திரமும் இல்லை
அப்படியான பேராசை அவற்றிற்கு
எப்போதும் வந்ததுமில்லை
அவை மகிழ்ச்சிக்கான
அத்தனை சூத்திரங்களையும்
இப்போதும் தன் வாழ்வின் வழியே

கற்பித்துக் கொண்டேயிருக்கின்றன
தெரிந்தே அந்த பாடங்களை கற்க
மானுடம் விரும்பாத பட்சம்
மானுடம் விரும்பாத
கொரோனாவை விட கொடூரமான
விரும்பத்தகாத பாடங்கள்யாவையும்
கட்டாயப்பாடமாக அனுபவிக்க நேரிடும்
அப்போது மானுடத்தின் பெயர் சொல்ல
எவரும் இருக்க மாட்டார்கள்
பறவைகள் மகிழ்ந்திருக்கவும்
விரட்டியடித்த சிட்டுக்குருவிகளை
தன் சொந்த தேசத்தில்
அதற்கான உரிமையோடு
திரும்ப அழைத்துக் கொள்கிற
பரிகாரங்களே
இந்த அணுகுண்டுகளாலும்
எதிர்கொள்ள முடியாத
இந்த இயற்கையின் அறச்சீற்றத்திலிருந்து
மானுடத்தை மீட்க இருக்கிற ஒரே மார்க்கம்
பறவைகள் மானுடத்திடம்
இன்னுமே பொறுமை காத்து
நல்ல பதிலுக்காக
நல்ல மாற்றத்திற்காக
நம்பிக்கையோடு காத்திருக்கின்றன

48

நீ துரியோதனனாகவே இரு
ஒரு போதும் ராமனாக இருந்து விடாதே
நான் கர்ணனாகவே இருக்கிறதால்
முன்னே முதுகு காட்டி வரும்
எதிர்பாராத திருப்பங்களாய்
திரைக்கதை கூறுகள்
அந்தந்த கணங்களில் ஜனித்து
கணத்தின் துகள் கணத்தில்
அரங்கேற்றம் செய்விக்கின்றன
தோள்பட்டையின் தட்டலில்
முத்துப் பரல்கள் அறுந்து சிதறுகின்றன
அந்த மாயா வினோத படைப்புலகில்
பார்க்கிற இடமெல்லாம்
பானுமதிகளின் உணர் பிம்பங்களை
அவை விதைத்துச் செல்கின்றன
அந்த ரசவாதத்தில் என்னை மிஞ்சுகிற
எதிர்பார்த்திராத திரைக்கதைகளாய்
அவை சிருட்டி கொள்கின்றன
அதில் சிலிர்க்கும் கண்ணீர் சில சமயம்
அரற்றி அழுவதற்கும்
அனுமதிக்காத கண்ணீர் பல சமயமென
உணர்வின் வயதிற்கு வந்த காலந்தொட்டே
படிமங்களின் நீள் அடுக்குகளாய்

அவை அரூப வடுக்களை
உள்ளடுக்கில் உறைவித்துச் செல்கின்றன
திரைக்கதைகள் படிமங்களின் அடுக்குகளை
தீராமல் அடுங்கிக்கொண்டே செல்கின்றன
விதிவிலக்காகிற அரிதான தருணங்கள் விடுத்து
எப்போதும் அவர்களிடம் பானுமதிகளை
எதிர்பார்க்க முடியாதிருக்கிற போதும்
துரியோதனர்களால் காக்கப்படுகிறது
பானுமதிகளோடு கர்ணன்களின் கற்பும்
அதனால் நீ துரியோதனனாகவே இரு

49

கரியின் அழுந்தலில் வைரம்
பாறையின் காயங்களில் சிற்பம்
நண்டின் மரித்தலில் வம்ச விருத்தி
சிப்பிப்பூச்சியின் சமாதியில் முத்து
மறு கன்னம் காட்டியதில் ஈரம்
தோட்டாவின் துளைத்தலில் அகிம்சை
பூவின் தியாகத்தில் கனி
பாரங்கள் பகிர்தலில் தாம்பத்யம்
பிறர் விழிகளில் நாம் அழுகையில் நட்பு
ஈர்த்திருந்தும் காத்திருத்தலில் நேசம்
ஏளனத்தின் ஆவேசத்தில் எதிர் நீச்சல்
உணர்வின் ரணங்களில் கலை
உரிமையின் நசுங்கலில் புரட்சி
தோல்வியின் சிலுவை மரணிப்பில்
நிரந்தர வெற்றி

50

சீதைகள் எப்போது கற்பிழக்கிறார்கள்
சீதையிடமே கேட்டேன்
ராவணன் தூக்கிச் சென்று
சிறை வைத்த தருணத்திலா என்றேன்
அவசர அவசரமாக மறுத்தாள் சீதா
ஈழத்தில் இருந்த நாட்களிலா என்றேன்
கற்பரசன் அவன் மட்டுமல்ல
காதலின் கண்ணியம் அறிந்தவன் என்றுரைத்து
அவன் மீதான கேள்விகளை ஒடித்து வைத்தாள்
பின் கற்பென்பது என்ன தான் அது என்றேன்
மனதின் சித்து விளையாட்டுகளில்
உதிர்ந்தும் தளிர்த்துமென மாறிமாறி
நிகழ்த்துகிற மனோஜாலம் என்றாய்
கற்பிழந்திருக்கிறாயா என்றேன்
ஓ என்றாள்
முதலில் எப்போது என்றேன்
அக்கினி பிரவேசத்தின்
முந்தைய கணத்தில் என்றாள்
இழந்தது இழந்தது தானா என்றேன்
எவர் சொன்னதப்படி
எப்போதும் மீட்டெடுக்கலாம் என்றேனே என்றாள்
எக்கணம் இழந்த கற்பை மீட்டெடுத்தாய் என்றேன்
மாய்ந்த ராவணனின் கனவுள் சென்று
முயக்கம் கொண்ட முதல் கணம் என்றாள்

51

சீதையிடம் எப்போது பொசுங்கினாய் என்றேன்
அக்கினி பிரவேசத்திற்கு முந்தைய கணமென்றாள்
அந்த கணத்தின் பிரத்யேகம் யாது என்றேன்
என் கற்பு சூரையாடப்பட்ட கணம் என்றாய்
திரௌபதியிடம் அதே கேள்வியைக் கேட்டேன்
எனை சூதாடியதன் முந்தைய கணமென்றாள்
அகல்யாவிடமும் அதே கேள்வியைக் கேட்டேன்
கௌசீகன் உருவில் வந்த இந்திரன்
என்னை புணர்ந்து சென்றதும்வந்த கௌதமன்
வாய் திறப்பதற்கு முந்தைய கணம்

52

உணவு தயாரிப்பது நான்
என்கிறது இலை
உணவு தயாரிக்க நீரை
உறிஞ்சித் தருவது நான்
என்கிறது வேர்
நான் உயரம்
நீ மட்டம்
என்கிறது இலை
நான் ஆழத்தின் உயரம்
என்கிறது வேர்
நானின்றி நீயில்லை
என்கிறது இலை
இலையுதிர் காலத்தில்
நீ உதிர்ந்த பிறகும்
உயிர்த்திருக்கிறேன்
மழைக் காலத்தில்
திரும்பவும் உன்னை
உயிர்ப்பிக்கிறேன்
என்கிறது வேர்
இரண்டும் ஒன்றை நோக்கி
ஒன்று நெருங்கி வந்ததில்
இரண்டிற்கும் ஒன்று புரிகிறது
நானின்றி நீயில்லை
நீயின்றி நானில்லை
என்கிறது சேர்ந்திசையாய்
அடுத்த கணம்
கிளைகள் எங்கும்
பூத்துக் குலுங்குகின்றன

53

என் வலியில்
பிரபஞ்ச வலியை உணர்கிறேன்
என் மகிழ்வில்
பிரபஞ்ச மகிழ்வை உணர்கிறேன்
என் விருப்பு வெறுப்பற்ற ஞானிப்பில்
பிரபஞ்ச காதலை உணர்கிறேன்

54

கையில் கல்லெடுத்து
ஊர் திரண்டு
வந்தார்கள் ஆவேசமாய்
கலாச்சார காவலர்கள்
இதுவரை
குற்றம் செய்யாதவர்கள்
இந்த விலைமகள்
மேரி மேக்டலீனா மீது
கல்லெறியுங்கள் என்றார் ஏசு
இன்று வரை மேரி மீது
ஒரு கல் கூட விழவில்லை

55

இருபது வருடம்
கைம்பெண் வாழ்வு வாழ்ந்து
மகளைப் படிக்க வைத்து
ஆளாக்கிய தாய்
38 வயதில்
காதல் வயப்பட்டு
தனக்கென ஒரு இணை
தேடிக் கொள்ள இருந்ததை
மகளிடம் நாகரீகமாய்
தெரிவித்ததும்
மகள் கல்லூரியில்
தூக்கிட்டுக் கொள்கிறாள்.
தாய் தந்தை அளவிற்கு
பிள்ளைகள் பெற்றோர் மீது
அக்கறை கொள்ளாமல்
சுயநலமாகிப் போகிற
கோளாறு ஏதோவொரு புள்ளியில்
சமூக அச்சமும்
தன் நோக்கு நலன் பார்வை சேர்ந்தே
அதனை அரங்கேற்றி விடுகிறது.

கமல் சரிகா
மணவிலக்கு பற்றி
சுருதியிடம் கேட்டபோது..
அவர்கள்
சேர்ந்திருக்கிறார்களா
இல்லையா என்பது முக்கியமில்லை.
அவர்கள் இருவரும்
மகிழ்ச்சியாக இருக்கிறார்களா
என்பதே முக்கியம் என்றிருக்கிறார்.
அந்த திசை நோக்கி
சிரம் தாழ்த்தி வணங்குகிறது
நிறமற்ற நீர்மை

56

என்னைச் சுற்றிலும் ஏராளம்
பெயர் தெரியாத மரங்கள்
யாரும் பராமரிக்காமலே
மழையில் தானாக ஜனித்து
அடர்கிளை விரித்திருக்கின்றன
பூக்கின்றன காய்க்கின்றன
காய்ந்து முற்றி பின் உதிர்கின்றன
எவரும் கண்டு கொள்வதில்லை
வெட்டியாக நிற்பதான
தோற்றமே கொண்டிருக்கிறது
அதற்கு அது குறித்து
எந்த வருத்தமுமில்லை
பரவசமுமில்லை
அபிப்பிராயமுமில்லை
எவற்றையோ எவரோ
சொல்வதாகவே நினைப்பு
தன் போக்கில்
கரியமில வாயுவை உறிஞ்சியபடி
பண்டமாற்றாய் பிராண வாயுவை
தந்து கொண்டே இருக்கின்றன
மண் அரிமானம் தவிர்க்கின்றன
சருகுகளை பூமிக்கு உரமாக்குகின்றன
அத்தனை பறவைகளுக்கும்
பேதமறியா மழையாய்
குடில் அமைக்க
இலவச பட்டா வழங்குகின்றன

மானுடம் விலங்குகள் பறவைகள்
ஜடப்பொருட்களென அத்தனைக்கும்
எந்தவித பேதமுமற்று
உலகம் ஒரு குடைக்குள் என்பதாய்
நிழல் விரிக்கின்றன
எதையும் எதிர்பாராமல்
இருப்பதை கொடுத்து
மகிழ்ந்தே இருக்கின்றன
பெயர் தெரியாத மரங்கள்

57

முன்பொரு சமயம்
பேனா வாங்கிய போது
தந்த வெற்றுத் தாளில்
எழுதி எழுதி
எழுதி எழுதி பார்த்து
தேர்ந்தெடுத்த பிற்பாடு
ஏனோ அந்த தாளை
கசக்கி எறிய மனம் வராமல்
பத்திரப்படுத்துகிறது மனது
அதன் நிறம்
காலத்தோடு கரைந்து
மாற்றம் கொள்கிறது
வாசம் மாறுகிறது
மொரமொரவென
விரைத்துக்கொள்கிறது
எப்போதுமே
தூக்கி எறிய முடியாதபடி
அத்தனையையும்
புதிதுபுதிதாக
புத்தம் புதியதாக
உறைவுறும் காலத்திற்குள்
பயணித்து
அப்படியப்படியே
அச்சுப்பதித்த தடங்களாய் மனது

58

கரியமில வாயு உண்டு
பிராணவாயு தருகிறது
இலை
அழுக்கை உண்டு
சுத்தம் தருகிறது
மீன்
கழிவுகளை உண்டு
வனத்தை விதைக்கிறது
பறவை
காதலை உண்டு
கவிதை படைக்கிறது
தமிழ்
இருளை உண்டு
வெளிச்சம் தருகிறது
நிலா

59

மடை திறந்தோ மடை உடைத்தோ
பயணம் துவக்குகிறது காட்டாறு
கன்றுக்குட்டியின் துள்ளல் பாய்ச்சல்
இத்தனை காலம்
காலிருந்தும் முடக்கப்பட்டிருந்த
நதியின் பிரவாகம்
அளப்பறிய வேகம் கொள்கிறது
வழியில் தேங்கி கிடக்கிற
அத்தனையையும் இழுத்து வருகிறது
வேகமே இப்போதைய பிரதானம்
அப்படி சீறிப் பாய்கிறது
வழியில் வருகிற
அத்தனை தடைகளையும்
அடித்து நொறுக்குகிறது
தேக்கி வைக்கப்பட்டிருக்கிற
சக்தியின் விசுவரூப எழுச்சி
ஆர்ப்பரிப்புடன் பயணிக்கிறது
சமயம் பார்த்து தானாக தெளிந்து
நீரோடையின் தாளலயத்தில் கரைந்து
கடலில் சங்கமிக்கிறது
அந்த இயக்கத்தின் வழியில்
தனக்குள் ஒளிந்திருக்கிற
சிறகுகளையும் கண்டுபிடிக்கிறது
கடலடைந்து ஆவியானதும்
நீலவானம் நோக்கி சிறகடித்து
பறக்க துவங்குகிறது

60

நடனம் எழுத்தற்ற மொழி
நடனம் உணர்வெழுதுகிற மொழி
நடனம் மௌனம் பேசும் மொழி
நடனம் தியானத்தின் மொழி
நடனம் மனம் நிறைக்கும் மொழி
நடனம் பிரபஞ்ச இயக்கத்தின் மொழி
அத்தனை அசைவுகளும்
நடனங்களால் நிறைந்திருக்கிறது
சூரியன் அக்னி தாண்டவம் ஆடுகிறது
பூமி சூரிய ஈர்ப்பிற்கு மயங்கி
அதை சுற்றியபடி
தன்னைத்தானே சுழற்றி சுழற்றி ஆடுகிறது
அப்படியே பூமி நிலாவை
நேசத்தோடு ஈர்த்தபடி
தன்னோடு நடனமாட வைக்கிறது
நிலா பூமியின் ஈர்ப்பிற்கு மயங்கி
அதை சுற்றி ஆடி வருகிறது
ஒவ்வொரு அணுவிலும்
மின்காந்த அலைகள் நடனமாடுகின்றன
கடல் அலைகளில் எழுந்து சரிந்து
முன்வந்து பின்சென்று ஆடுகிறது
அருவி தாழ்வாரம் நோக்கி
பரவச நர்த்தனமிடுகிறது

நதி ஓட்டத்தில் ஆடுகிறது
கூழாங்கல் நதியின் ஜதிக்கேற்ப
உருண்டு உருண்டு ஆடுகிறது
வெண்மேகங்கள்
நீலவானில் நீந்தி நடனிக்கின்றன
காற்றோடு ஆலிங்கனிக்கும் கார் மேகம்
மழை நாடகம் புரிகின்றன
பிரபஞ்சம் இடைவிடாத இயக்கத்தில்
நிறுத்தாத நடனம் நிகழ்த்துகின்றன
பறவைகள் வானம் தொடும் சிறகடிப்பில்
நடனமிடுகின்றன
பிரபஞ்ச நடனத்தின் பாசை
உள்ளுணர்வில் புரிந்து கொள்ளும்
எளிய உயிர்கள் அதன்படி
தன்னுணர்வு செலுத்தி
இயற்கையின் இயற்கையாய்
நடனமிடுகிறன்றன
அண்டம் துளைக்கும்
ஜீவ அணுவின் நீச்சல் நடனம்
உயிரை அசைக்கிறது
அத்தனை அசைவுகளும்
நடனமாகின்றன
காதல் மனங்கோர்த்த
ஜீவநடனம் தாளலயம் பிசகாமல்
கனகச்சிதமாக ஆடுகிறது
பரவசங்களில் நமது அதிர்வெண்ணும்
பிரபஞ்ச அதிர்வெண்ணும்
ஓர்மை கொண்டு புதிய துள்ளல் அதிர்வாய்
ரஸவாதம் கொண்டு
தாளலயம் அப்படியே பொருந்தி கரைய
பரவச பிரளயம் எல்லையற்ற ஆனந்த சக்தியாக
விசுவரூப நடனம் ஆடுகிறது
பூமியின் அடியில்
டெக்டானிக் பிளேட்டுகளின் உராய்வில்
சுனாமி ஆவேச நடனம் கொள்கிறது

அணுக்கருவிலுள்ள புரோட்டான்களை
சுற்றிச் சுற்றி எலக்ட்ரான்கள்
அடுத்தடுத்த விட்டத்தின் வட்டப்பாதைகளில்
ஆனந்த நடனம் ஆடுகின்றன
மூலக்கூறுகள் புரவ்னியன் நகர்வில்
நடனம் ஆடுகின்றன
எண்ணங்கள் நினைவுகள் மீதேறி ஆடுகின்றன
கனவுகள் கற்பனை மீதேறி ஆடுகின்றன
உயிர் ரத்தத்திலும் மூச்சிலும்
ஓடிக் கொண்டே ஆடுகிறது
உணர்வு காதலேறி பேரன்பு நோக்கி
ஆடிக் கொண்டே பயணிக்கிறது
பிரபஞ்சத்தோடு கூடிய
பழங்குடியினர் கூட்டு நடனத்தின்
எல்லையற்ற சக்தி வெளிப்பாடுகளில்
தன்னை மறக்கிறது காதல் இயக்க விதி

61

பொம்மைகள்
குழந்தை மனதுகளோடு
மட்டுமே உரையாடுகின்றன
அதனாலேயே
உரையாடுகிறேன்
உன்னோடு
அவை
காலமற்றவை
அதனால்
எப்போதும்
இளமையாவை
நமதான
பொம்மை சூழ் உலகில்
பொம்மைகளன்றி
வேறெவரும்
அறிந்திலோம்
அங்கே
அனைவரும் பொம்மைகள்
பொம்மைகளுக்கு
மட்டுமே அனுமதி
அவ்வுலகில்
அதனால்
ஆடிப்பாடுகிறேன்
பொம்மை மனதினரொடு
பொம்மையாய்

62

ஒரு வார்த்தைக்கு
அகராதியில்
திரும்பத் திரும்ப
விரும்புகிற அர்த்தம்
வருகிற வரை
பார்க்கிறேன்
அதை ஒளித்து வைத்தபடி
வெவ்வேறு வார்த்தைகளை
சொல்லிக் கொண்டிருந்தது
விடை தரும் வார்த்தை
விடாமல் தேடுகையில்
எதிர்பாராத தருணத்தில்
எதிரொலிக்கிறது
பரவச ஒத்ததிர்வு

63

நீ தொட்டிச்செடியல்ல
நீ பொன்சாய் மரமுமல்ல
வன மரம்
தொட்டிச் செடியாக
இருந்திருக்கிற போதும்
நீயே ஜீவிதம்
அனைத்திற்குமான உயிரி
நீயே தயாரித்து
கொண்டிருந்திருக்கிறாய்
நினைத்தால் மட்டுமே
நீர் விடுவேன் என்கிற
மனப்பிறழ்வு போக்கை
இனியும் சகிப்பதெதற்கு
தண்ணீர் விடும்
பிளாஸ்டிக் போனியின்
கரம் சார்ந்தே
நீ ஜீவித்திருக்க
முடியுமென்கிற
சுயமற்ற பெயரும்
இனி உனக்கெதற்கு
நீ தனித்துவங்களின்
தனித்துவம்

நீ சுயங்களின்
சுயம்
பிடித்தமானநிழலில்
வேர் விரிகிறாய்
சுயத்தில் நிற்கிற
விருட்சமாகிறாய்
உன் வித்துகளில்
வீரிய விருட்சங்கள்
படைக்கிறாய்
பின் வனமாக
மனிதத்திற்கு
நிழல் விரிக்கிறாய்

64

சில கூண்டுப் பறவைகள்
அது தான் உலகம்
என நம்புகின்றன
சில கூண்டுப் பறவைகள்
இது தான் பாதுகாப்பானது
என நினைக்கின்றன
சில கூண்டுப் பறவைகள்
உத்தரவாதமான
உணவுச்சாலை
என நினைக்கின்றன
சில கூண்டுப் பறவைகள்
சொந்தக் காலில் நின்று
கஷ்டப்பட வேண்டியதில்லை
என நினைக்கின்றன
சில கூண்டுப் பறவைகள்
சமத்துவ போராட்டங்கள்
அவசியமற்றது என்று
நம்ப வைக்கப்பட்டிருப்பது
தெரியாமலே
நம்பிக் கொண்டிருக்கின்றன
சில கூண்டுப் பறவைகள்
கூண்டின் கதவை
திறக்க முற்படும் கரத்தை

கொத்தி விரட்டுகின்றன
சில கூண்டுப் பறவைகள்
சொல்லிக் கொடுக்கிறதை
அப்படியே
திருப்பி சொல்கிறதில்
தனக்கு பேச்சு சுதந்திரம்
வந்து விட்டதாக
நம்பிக் கொண்டிருக்கின்றன
சில கூண்டுப் பறவைகள்
அரிக்கும் போது
கோதி விடுவதற்காகவே
சிறகுகள் படைக்கப்பட்டிருப்பதாய்
நம்புகின்றன
சில கூண்டுப் பறவைகள்
பறக்காமலே உதிர்க்கும் இறகுகள்
அண்டியிருப்பவர்கள்
காது குடைவதற்காகவே
உண்டாக்கப்பட்டிருப்பதாக
நினைக்கின்றன.
சில கூண்டுப் பறவைகள்
இந்த கூண்டிற்குள்
தாவிக் குதித்தாடும்
வாழ்க்கையை சிலாகித்து
கத்தைகத்தையாய்
கதைகள் எழுதி
பிரசுரித்து
திருப்தி கொள்கின்றன
சில கூண்டுப் பறவைகள்
கூண்டு வாழ்க்கைக்காக
கோயில் கோயிலாக
வேண்டுதல் நடத்தி
தவமிருக்கின்றன
சில கூண்டுப் பறவைகள்
இந்த பாதுகாப்பான கூண்டை
உடைத்து வனத்தை

அறிமுகப்படுத்த நினைக்கிறவரை
பார்த்து அருவருக்கின்றன
கண்டிக்கின்றன
அவமானப்படுத்துகின்றன
அவ்வப்போது
ஆணவக்கொலைகளும்
நிகழ்த்துகின்றன
சில கூண்டுப் பறவைகள்
வனத்தின் கனவிலேயே
சுதந்திரமாக இருப்பதாக
நம்பிக் கொண்டிருக்கின்றன
சில கூண்டுப் பறவைகள்
தங்களை வளர்க்கிறவர்களின்
உடமைகளாக
நினைத்துக் கொண்டிருக்கின்றன
சில கூண்டுப் பறவைகள்
அடிமையாக வாழ்தலை
அன்பின் சரண்புகுதலென
பிரசங்கம் செய்கின்றன
சில கூண்டுப் பறவைகள்
கூண்டின் பிரசங்கத்தை
வாழ்நாள் முழுவதும்
நிகழ்த்தி விட்டு
மரிக்கும் கணங்களில்
எதற்கென்றே தெரியாமல்
நிராசைகளின்
கண்ணீர்த் துளிகளை
ரகசியமாய உகுத்தபடி
மரணிக்கின்றன
சில கூண்டுப் பறவைகள்
மூப்பெய்துகிற காலத்தில்
முதலிலிருந்து
கூண்டுக்கு வெளியே போய்
வாழ்ந்தால் என்ன என்று
யோசிக்கின்றன

சில கூண்டுப் பறவைகள்
எப்போது இயங்குகின்றன
உடைபடுமென்று சிந்தித்து
கவிதைகள் எழுதுகின்றன
சில கூண்டுப் பறவைகள்
பரிபூரண சுதந்திரம் பூத்திருக்கும்
ஆதி வீட்டை மீட்டெடுக்கும்
வன மரங்களே இலக்கு
என விடாமல் இயங்குகின்றன

65

அப்போதும் அதே பௌர்ணமி
நிலவு வந்திருந்தது
தலைகவசம் பற்றிய கவலையின்றி
சைக்கிளில் சுற்றித் திரிந்திருந்தோம்
ஆசை தீர ஓடியாடி களைத்த பின்
எந்தவித அச்சமுமின்றி
மன்குடத்தில் தண்ணீர் குடித்திருந்தோம்
காசு கொடுத்து பாட்டிலில் தண்ணீர்
வாங்கி குடிப்பது பற்றி
கனவிலும் அறியாதிருந்தோம்
தோழமைகளோடே ஒரே டம்ளரில்
வாய் வைத்தே குடித்திருந்தோம்
ஒரு நோயும் வந்திருக்கவில்லை
தினமும் தித்திப்புகள் தின்றிருந்தோம்
துளியும் எடை அதிகரித்திருக்கவில்லை
வெறுங்காலில் வெயில் மழை பாராமல்
ஆறு குளம் கம்மாய் தேடிப்போய் நீராடி
கம்மாய் கரை வெள்ளரிக்காய் தின்றபடி
மணிக்கணக்காய் நடந்திருந்தோம்
ஒரு சேதமும் பாதங்களில் வந்ததில்லை
எப்போதும் களைத்திருந்ததில்லை
எந்த ஊட்டச்சத்து மாத்திரைகளோ,

பானங்களோ அவசியபட்டிருக்கவில்லை
விளையாட்டிற்கு வந்த பொம்மைகள்
விலை கொடுத்து வாங்கியதில்லை
களிமண்ணிலோ, பழைய பொருளிலோ
உருவாக்கிய பொம்மைகள் யாவும்
குதூகலமாய் விளையாடியிருந்தன
நனவுகளில் கனவுகளில் உயிர்த்திருந்து
மகிழ்ந்து மகிழ்வித்திருந்தன
கைபேசியோ, கணினியோ இல்லாமலே
தோழமைகள் குழுமியிருந்திருந்தோம்
தோழமைகளை பார்க்க அனுமதியின்றி
விளையாட அழைத்துச்சென்றிருந்தோம்
அருகிலேயே உற்றத்தாரும் சுற்றத்தாரும்
அன்பை பகிர்ந்த வண்ணம்
வாசம் செய்திருந்தார்கள்
எந்தவித விபத்து குறித்த
அச்சங்களும் இருந்திருக்கவில்லை
காப்பீட்டு திட்டங்களும்
அவசியப்பட்டிருக்கவில்லை
வீடெங்கும் கருப்பு—வெள்ளை புகைப்படங்கள்
வண்ணவண்ண நினைவுகளை
ஏந்தியபடி தொங்கிக் கொண்டிருந்தது
இரவில் தாத்தா பாட்டிகளிடம்
மாயாஜால கதைகள் கேட்டிருந்தோம்
பரவசமாகிற பொழுதுகளிலெல்லாம்
அந்தக் கதைகளுக்குள் பயணித்து
அந்தந்தக் கதாபாத்திரங்களாகி
சாகசங்கள் நிகழ்த்தியிருந்தோம்
அதே பௌர்ணமி நிலவு வந்திருக்கிறது
கானல் நீரலைகளாய் நினைவில்
புதைந்து காணக் கிடைக்காததாய்
ஒளிந்திருக்கிறது அப்போதிருந்த
காட்சிகளும் குதூகலங்களும்

66

டைட்டானிக் கதையில்
விரும்பிக் கொள்ளாத ரோசும் கேலும்
இணையாமல் தப்பியிருக்கலாம்
இங்கே என்னவோ
ரோஸ்களுக்கும் கேல்களுக்கும் தான்
பல பந்தங்கள்
ரோஸ்களும் ஜாக்குகளும்
நுழைவுச் சீட்டு மறுக்கப்பட்டு
மதி மயக்கங்களில்.
ஒவ்வா அக்கினிக் கூடாரத்திற்குள்
நிதம் நிதம் கிடையாடுகளாய்
இடைவிடாமல் ஜனித்து தெறிக்கின்றன
எதிர்கால மொக்குகள்.
ஒரே நேரத்தில் இரண்டு உலகப் போர்
இரண்டு பக்கமும் கற்பிழக்கும் நிகழ்வு.
காட்டாற்று வெள்ளத்தில்
சிக்கியோடும் சருகுகளுக்குள்
தொலைத்து விட்ட பசுந்தளிர் நினைவுகள்
ரகசியமாய் தேடிக் கரைகின்றன
விலாசம் தெரியாத ஊரில்
ஏக்கப் பெருமூச்சுகளின் அரூபங்களாய்.

67

ஒரே ஒரு ஆசை
விதை நெல்லாய் தேர்ச்சி பெற்று
விதைக்கப்பட்ட போதே
விதைத்தவருக்கே
உணவாகி விட வேண்டும்
ஒரு நாள்.
பூச்சி பொட்டு
வறட்சி கடந்து
விளைந்தேன் நெற்கதிரானேன்
காய்ந்தேன் அரை பட்டேன்
அரிசியானேன் சோறானேன்.
கடைசி கவளமாய்
வாய்க்குள் சென்ற பின்
பல் இடுக்குகள்
கடந்து செல்லும்
சூட்சுமம் தெரியாமல்
சிக்கிக் கொண்டேன்
உண்டவர்
எழுந்து கொப்பளிக்க
வாய் கொப்பளிப்பானில் வந்து
தனியாக விழுந்தேன்.
இதோ என் கனவின் கண்ணீரில்
கரைந்தோட துவங்குகிறேன்
என் கனவு மீது
கை கழுவி விடப்பட.

68

வட்டவட்டமாய்
விரிந்து செல்லும்
பல அறை சிறை.
மூல அறையின்
அடைபடலிலிருந்து
திட்டமிட்டுத் திட்டமிட்டு
ஒவ்வொரு வளையமாய்
தப்பித்து வெளி வந்த போது
இருந்தது மூல அறை.

69

பிரயாசைக்குரிய நிலா
கைக்கெட்டும் தூரத்தில்
தொட முடியாதபடி தடுக்கிறது
கண்ணுக்குத் தெரியாத தடை
நேசக்கரம் நீட்டுபவர்கள்
சுற்றிலும் மிக அருகில்
கண்களுக்கு மட்டும்
காட்சி தருவதில்லை
நிறுத்தாமல் மனது
மரண ஓலமிடுகிறது
எந்தக் காதுகளுக்கும்
எட்டுவதில்லை
பருக்கை
முடங்கிப் போன
கைப்பிடிக்குள்
நசிக்கிறது
பரபரக்கின்றன
ருசி பார்க்கும்
வெறியுடன்
வலிகள்
செங்குருதியின்
ருசியை ஒத்திருக்கும்
மாயக்கண்ணீர் உறிஞ்சி
மர்மப் புன்னகை புரிகிறது
சூழ்ந்துள்ள வெளி

70

வெயில் மழையில்
விடாமல் சுமந்ததில்
மங்கி தொய்ந்து
குரல் கரகரத்து
விடுமுறையின்றி
உழைக்கிறது
உயிர் கொண்ட சைக்கிள்
வயோதிக வாசல்
கடக்கும் நிலையின்
இறுமல் சத்தம்
அத்தனை கண்களையும்
திரும்பிப் பார்க்க வைக்கிறதில்
கூசும் மனது
பார்க்கச் செல்லும்
செழித்தோங்குமிடம்
அழைத்துச் செல்ல தயங்கி
பக்கத்துத் தெருவில்
விட்டுவிட்டு
செல்ல வேண்டிய இடத்தருகே
நின்றிருக்கும் ஆட்டோ
உள்ளிருந்து வெளிப்படுவதாய்
பாவனை புரியும் கால்கள்.
திரும்பி யாரும் கவனிக்காத
உறுதிப்படுத்தலுக்கு பின்
குற்றவுணர்வோடு
அணுகுவதை பார்த்த
அவமானம் அடக்கமுடியாமல்
சரிந்து குப்புற விழுந்து
முகம் புதைத்துக் கொள்கிறது.

71

யாருக்கு ஊசி போட்டாலும்
வலியில் கண்கள் இறுக்கிக் கொள்ள
மிதியடிக்கு வலிக்காமல்
மெதுவாய் பாதம் ஒற்ற
தண்ணீரில் தத்தளிக்கும் எறும்பிற்கு
விரலேணி தந்து கரையேற்ற
சாலையுதிர்க்கும் மஞ்சள் பூக்கள் மீது
பாதம் பட்டுவிடாமல் நடந்து செல்ல
வீட்டுக் குப்பைத் தொட்டி
சுத்தமாய் வைத்திருக்க
தன்னந் தனியாய் இருக்கையில்
புகைப்படங்களுடன் பேச
நகைச்சுவையின் ஆழம் மூழ்கி
அடக்கமாட்டாமல் சிரிக்க
மொட்டு விரியப் போவதை
காத்திருந்து பார்க்க
பற்பசை பின்னிருந்து
நேர்த்தியாய் அழுத்தி எடுக்க
சொட்டும் குழாயை
சரியாய் மூடி விட்டுச் செல்ல
சுவர் உதிர்த்திருக்கும் பக்கிற்குள்
நூதன ஓவியங்கள் பார்க்க

காற்றில் தள்ளாடும் பசுந்தளிர்
தாங்கலாய் கொடி பிடிக்க வைக்க
வெயிலில் நிற்கும் சைக்கிள்
நிழலில் நிறுத்தி நிம்மதி பெருமூச்சுவிட
கையிலிருக்கும் ஈரம் தெறித்து விடாமல்
லாவகமாய் வழிய விட
பிரசவம் பார்த்த செவிலித்தாய்
தேடிப்போய் பார்க்க
தனித்திருக்கும் நடுநிசிச் சாலையில்
பாடல் உறம்மிங் செய்தபடி நடக்க
தனிமையின் துணையுடன் தன்னைத் தானே
கண்ணாடியில் ரசிக்க
பிடித்த புத்தகத்திலிருக்கும் மடக்கம்
நிமிர்த்தி விட்டு வருடிக் கொடுக்க
உன்னிடம் கற்றுக் கொண்ட
எல்லாமும் என்னுள்ளே
உன் நினைவின் அடையாளங்களாய்.

72

உன்னை ஒன்று கேட்கிறேன்
பொசுக்கி விடுமா
நெருப்பை நெருப்பு
நீ நிரூபிக்கச் சொன்னதும்
தீயை வென்று நின்றாள்
உன் முன்.
உன் உணர்வுகள் என்னவாகியிருந்திருக்கும்
நீ கேட்ட அதே கேள்வி
திருப்பி அவள் கேட்டிருந்தால்.
ஊர் மக்களுக்கு
நடத்திய நாடகமென உரைப்பின்
ஊர் பற்றி ஏன் கவலை
நீ நம்புகிறபட்சம்.
பதிலுக்குப் பதிலாய்
பதுங்கியிருந்த பந்துகளின் எவ்வல்
கற்றுக் கொடுத்த பாடத்தை
திருப்பிக் கற்றுத்தர யத்தனிக்க
இதயங்களுக்குள்
மாயக் கெரில்லா யுத்தம்
ஆதி காரணமாய் நீ..
கற்பை
பெண் பாலுறுப்புகளில் தேடாமல்
உணர்வுகளில்
எப்போது பார்க்கப் போகிறாய்
தொடாமலே கற்பிழக்கலாம்
தொட்டும் கற்போடிருக்கலாம்.
உனக்குத் தெரியாததில்லை
ஆரம்பித்தவர் தானே
முடித்து வைக்கவேண்டும்

73

கண்மை பென்சிலில் மீசை தீட்டி
தாத்தாவின் கோட் அணிந்து
வெற்றுக் கண்ணாடி ஃபிரேம்
உலக்கை பேனா சகிதம்
அப்பா அம்மா விளையாட்டில்
அப்பாவாகிப் போனதில் பெருமிதம்
நிகழ்வின் நிஜம்
எங்கோ ஒளிந்து கொள்ள
திடுக்குறும் தொண்டைக் குழி
தனிமையில் விக்கித்து ஏங்க
ரகசியமாய் விரையும் விரல்கள்
கண் மை பென்சில் எடுத்து
தீட்டுகிறது மீசையின் மீது
முதல் வெள்ளை முடி.

74

கூரையில் எறிந்த முதல் பல்.
துள்ளியோடிய மருதா நதி.
தூக்கி ஆட்டிய ஆலமரம்.
தோழிகளோடும் தோழர்களோடும்
ட்யூஷன் நாட்களில்
கதை பேசியுண்ட ராச்சோறு.
உப்பியிருந்த பனியாரக் கன்னம்.
காரணமே தெரியாமல்
வயிறு வலிக்க வைத்த
அடக்கமாட்டாத வெடிச் சிரிப்பு.
தோளில் ஊஞ்சல் கட்டி
தூங்க வைத்த அப்பா.
புடைக்க புடைக்க
சேப்பு நிறைத்திருந்த தீப்பெட்டி படம்.
டூரீங் டாக்கீசில் மண்மேடு அமைத்து
நடுங்கிக் கொண்டே
இரண்டாவது ஆட்டம்
பார்த்த பேய்ப் படம்.
கைகளில் தவிடு கொத்தி தின்ன
கருங்கோழி.
வீட்டுத் தோட்டத்தில்
காய்த்துக் குலுங்கிய பப்பாளி மரம்.
தினந்தினம்
பூப்பெய்திய டேபிள் ரோஜாக்கள்.
உறவுக்காரி வருகைக்காக
பழுப்புநிற உள்ளாடையோடு
சன்னல் நிறைத்திருந்த
கொடுக்காப்புளி கொட்டைகளில்
அடையாளமாகிறது இறவா காலம்.

75

கால யதார்த்தத்தில்
உறவுகள் நட்சத்திர சிதறல்கள்
இனிய தோழி இந்துமதி
எங்கோ வாழ்க்கைப்பட்டு
கரைந்து போனது.
வெகுளித் தோழன்
பழனிவேல் துரை
மனது பேதலித்து
காணாமலே போனது.
கணக்குப் புலி அகத்தியன்
மருதா அணைக்கட்டின்
நீர்த்தேக்கத்தில் நீந்துகையில்
வலிப்பு வந்து மூழ்கியது.
பாசங்காட்டிய கௌரியக்கா
காரணமில்லாத காரணத்தினால்
கல்யாணத்திற்கு பிறகு
தொடர்பு விட்டுப் போனது
திசை மாறிய பறவைகளாய்.
ஆலங்கட்டி மழையில்
ரெட்டைக் கப்பல் விட்டது.
தெருவே ஒன்று கூடி
கோ— கோ ஆடியது.
பட்சணங்கள்
பறிமாற்றிக் கொண்டது.
அணாப் பெறாத விசயத்திற்கு
அடிபுடி போட்டு
மௌன விரதம் பூண்டதை
தாளாமல் அல்லாடி
அடித்தது மாதிரியே பிடித்தது.
கல்வெட்டாய் பதிவுற்று
உயிர்த்திருக்கும் சாசுவதங்கள்.

76

பிறப்பின் நுனியில்
முடிச்சிட்டிருக்கும் இறப்பு
சந்திப்பின் நுனியில்
வெட்டிவிடக் காத்திருக்கும் பிரிவு
மேட்டின் நுனியில்
காத்திருக்கும் பள்ளம்
புன்னகையின் நுனியில்
உறைந்திருக்கும் கலக்கம்
மழலையின் நுனியில்
கெக்கலிக்கும் வயோதிகம்
நம்பிக்கையின் நுனியில்
முள் ஒளித்திருக்கும் ஏமாற்றம்
வெற்றியின் நுனியில்
ஒட்டியே பிறந்திருக்கும் வீழ்ச்சி
நிஜத்தின் நுனியில்
சமயம் பார்த்திருக்கும் நிழல்
அமைதியின் நுனியில்
பம்மாத்திட்டிருக்கும் பூகம்பம்
கூடலின் நுனியில்
ஊமையாய் ஒளிந்திருக்கும் ஊடல்
பாதுகாப்பின் நுனியில்
பரிதவிக்கும் நிராதரவு
சாந்தத்தின் நுனியில்

மாறுவேடமிட்டிருக்கும் குரூரம்
வெளிச்சத்தின் நுனியில்
கவிந்திருக்கும் இருள்
வசீகரத்தின் நுனியில்
கூர்ந்திருக்கும் கொடுக்கு
இளமையின் நுனியில்
ரகசியமாய்ப் பிணைந்திருக்கும்
வயோதிக்ம்
அரவணைப்பின் நுனியில்
நீள் துயிலிலிருக்கும் அருவருப்பு
ஒன்றின் நீட்சியில் மற்றொன்று
காட்சி மாற்றும் கோலங்கள்
எது எப்போதோ என்பதில்
அரூபமாயிருக்கும் வாழ்நிலை.

77

கொலுசு பிடிக்குமா
கொலுசணிந்த
உன் பாதங்கள் பிடிக்கும்
மருதாணி பிடிக்குமா
மருதாணி பூசிய
உன் விரல்கள் பிடிக்கும்
மல்லி பிடிக்குமா
மல்லி சூடிய
உன் கூந்தல் பிடிக்கும்
கண் மை பிடிக்குமா
சாகடிக்கும் மை பூசிய
உன் விழி பிடிக்கும்
மூக்குத்தி பிடிக்குமா
மூக்குத்தியணிந்த
உன் நாசி பிடிக்கும்
ஜிமிக்கி பிடிக்குமா
ஜிமிக்கிக்கு அபிநயம் கற்பிக்கும்
உன் செவிமடல்கள் பிடிக்கும்
மஞ்சள் நிறம் பிடிக்குமா
மஞ்சள் பூசிய
உன் கன்னங்கள் பிடிக்கும்
வெற்றிலை பிடிக்குமா

வெற்றிலை போட்ட
உன் செவ்வதரம் பிடிக்கும்
பிளாட்டினம் பிடிக்குமா
பிளாட்டின சங்கிலி நாணத்தில்
கடிக்கும் உன் பற்கள் பிடிக்கும்
காட்டன் சேலை பிடிக்குமா
உன் காட்டன் சேலை தழுவும்
அத்தனையிடமும் பிடிக்கும்.
நிமிர்ந்து நோக்கி கேட்டாள்
வேறு என்ன பிடிக்கும்
உன் விழிகள் வழி
தெரியும் ஆன்மமிளிர்வோடு
விடாமல் பேச பிடிக்கும்.

78

பயணத்தின் பாதையெங்கும்
அடிதொடர்ந்து வந்தாள் நிலா
எல்லாம் பின்னோக்கி ஓட
இதயத்தின் விரல் பிடித்து
அவள் மட்டும்
கூடவே முன்நோக்கி
பாதையில்
திடுதிப்பென திருப்பங்கள்
இடம் வலது என
வெட்டும் சரிவுகள்
பொட்டல் காடு
சோலை மாறி மாறி...
சளைக்கவில்லை நிலா
நூல் பிடித்தாற் போல்
நேர்கோட்டில்
மனம் கோர்த்த பயணம்

79

எந்தப் பந்தயங்களிலும்
எவரும் பார்த்திராத ஓட்டம்
பின்னங்கால்
பிடறியில் தெறிக்கிற ஓட்டம்
மூச்சிறைப்பது மறந்து
மூச்சிறைக்கிற ஓட்டம்
எதிர்க்காற்றை எதிர்த்து
ஓலமிட்டோடும் ஓட்டம்
பின்னிருந்து பிடித்து விழுங்க
நீளும் நாக்கு
பிடறியில் பாயும் உறுமல் காற்று
சுடீரென அறைந்தது விழிப்பு
நொடிக்குள்
எல்லாம் ஓடிய பின்
தன்னம்பிக்கை மட்டும்
தனிமையில்.

80

இதயத்தை கண்கள் வழி
காட்சிக்கு வைத்தான்.
அவள் கண்களில்
அது மிளிரவுமில்லை
அவள் இதழ்களில்
அது பூக்கவுமில்லை
ஓடியாடியவள்
ஒளியவும் இல்லை
அவனொருவன்
பொருட்டேயில்லை
என்றிருந்தது
அவள் போக்கும்வரத்தும்.
ஒரு நாள் அவள்
அவன் ஊரைவிட்டுச் செல்லும்
தருணமும் வந்தது.
விடை சொல்லிக் கொள்ளாமலே
விலகினாள் அவள்
இடைவெளி விரிந்தபடி போக
அவள் போக்கையே
இமைக்காமல் பார்த்து நிற்கிறான்.
விதைத்தோம் பாடுபட்டோம்
முளைகூட விடவில்லை

திருப்பத்தில் மறைந்தே விட்டாள்.
பெருமூச்சின் சுமை கனக்க
திரும்பி விட்டான்
திரும்பியதுமே முதுகில்
ஏதோ குறுகுறுப்பு
திரும்பியது கண்கள்.
திருப்பத்திலிருந்து விநாடி நேரம்
வெளிப்பட்டாள் அவள்
பேசவில்லை சிரிக்கவில்லை
இதயத்தை
கண்களில் காட்டிவிட்டு
மீண்டும் மறைந்து போனாள்
அச்சாரம் கொடுத்து விட்டதில்
இதய வீட்டை
காலியாக வைத்திருக்கிறான்
நிரந்தரமாய்.

81

விசித்திரக் கனவிற்குள்
விழுந்து விட வேண்டாமேயென்று
சுதாரிப்பதற்குள் பலவந்தமாகவோ
பழக்கதோசத்தில் அதுவாகவேவோ
ஒரே வழுக்கலில் இழுத்துக்கொண்டு சென்றதில்
பயந்தோடிப்போய் வீட்டிற்குள் நுழைந்து
சாத்தியதுந்தான் கவனித்தேன் அதை
மொழுமொழுவென்று நின்றிருந்தது
சமையற்கட்டில் ஒரு சிங்கம்
உயிரற்றுப் போனவனாய் உறைந்துபோய் பார்த்தேன்
கண்களில் ரகசிய வன்மம் மிளிரியது
விரல் நகங்கள் குரூரத்தின் கூர்மையோடு காத்திருந்தன
முறைத்துப் பார்த்து உறுமியதே தவிர
உடனே கடித்துக் குதறி விடவில்லை
வெளியிலிருந்து துள்ளிக்கொண்டு இரண்டு
முயல்குட்டிகள்
புன்னகைத்தது சிங்கம் லேசாய்
பசிக்கிறது என்றபடி இரண்டும்
சட்டமாய் என் மடியில் வந்தமர்ந்து கொண்டன
சிங்கம் பரிமாறியது
முயல்களுக்குச் சற்று விசேஷ கவனிப்பு
என் தட்டில் ஆத்திரம் பூசிய அமுது
இதே சிங்கம் முன்பு சிரிக்கவும் தெரிந்திருந்து

வயிறு கொள்ளாத அளவு
கட்டாயப்படுத்தி சாப்பிட வைத்ததாய் ஒரு பிரமை
பாக்கியிருந்த பசி ஒதுங்கி நின்று வேடிக்கை பார்த்தது
நம்பினார்க் கெடுவதில்லை பழமொழியை
கெடுப்பதற்கான பாத்திரமாகிப் போனது வாழ்க்கை
நம்பியவர்களால் ஏமாற்றப்படுகிற போதெல்லாம்
என்னை நானே தண்டித்துக்கொள்வதைத் தவிர
படைப்புத்தொழில் வாங்கி வந்த வரம்
வேறு எந்த வழியும் தெரிந்ததில்லை
முயல்குட்டிகள் விளையாடப் போயின அறைக்குள்
இன்னும் கதை சொல்லிக்கொண்டுதான் திரிகிறாயா
என்றது உறுமலாய்
எல்லாம் ஏமாந்து போன கதை சொன்னேன்
எப்படியோ போ

ஒப்பந்தப்படி கப்பம் வந்து சேர வேண்டாமா
கொஞ்சம் குறைகிறதென்றெண்ணிச் சொன்னதும்
பாத்திரங்கள் பறந்து விழுந்து நசுங்கின
கையாளாகாத்தனமாக்கப்பட்டுப் போன புழுக்கம்
பூங்காவிற்குப் போய் தனியே அமர்ந்து
ஒரு பாட்டம் விசும்பத் துவங்கியது மனது
வாழ்வின் ஒட்டுமொத்த இழந்த சந்தர்ப்பங்களுக்காக
நடுநிசிகளில்
வாழ்ந்த வாழ்க்கை வாழ்கிற வாழ்க்கையைச்
சீண்டிப் பார்ப்பதில் தூக்கம் மரித்து
தொலைக்காட்சியில் ஊமைப் படமாய் விரிய
ஓசையற்றுக் கதறும் காலச்சவம்
ஆசைப்பட்டபடி முழுதாய் அழமுடியவில்லை
அங்கொன்றும் இங்கொன்றுமாய்த் திரிந்த விலங்குகள்
வேடிக்கை பார்க்கத் துவங்கியதில்
விசும்பல் இறுகிக் கொண்டது
சிங்கம் கூட சில சமயம் கண்களில் நீர் தேக்கும்
அதன் கனவுகள் வேறு
கவிதை கதைகள் வைத்துக்கொண்டு எங்கும்
இரை வாங்க முடியாது என்பது அதன் ஒரு நியாயம்
புராதனத் தொடர்ச்சியாய்

முன்பு என்னைத் தப்பிக்கவிடாமல்
பிடித்து வைத்துக் கொள்வதற்காய் என்றெண்ணி
தன்பாலினர் எவரையும்
விதிவிலக்கில்லாமல் அண்ட விடாமல்
பிடித்துக் கொள்ளும் பொருட்டெண்ணி
வெளியெங்கும் கர்ஜித்தபடி
வார்த்தைகளில் அடித்துத் துரத்திக் கொண்டிருந்தது
ஆதியில் பட்ட ரகசிய வடுக்களால்
இப்போது நம்பிக்கைகளின் ஏமாற்றுதலில்
நிர்வாணமாக்கப்பட்டுப்போன பொருளியல் கண்டு
ஒரு கண் முறைத்து ஒரு கண் குதூகலித்து
நிரந்தரமாய் ஊருக்குள் விடாமல்
உள்ளுக்குள் கைதட்டி விட்டு விட்டது.
வேறுவேறாய்
வெவ்வேறு திசை நோக்கிய கனவு
இரண்டும் ஒரு குடிலில்
வாழ்தலுக்கும் மரித்தலுக்குமான அர்த்தம் பிசகி
மரித்துக் கொண்டேருக்கிறது
இரண்டும் வெவ்வேறு வழியில்
கையறுநிலை
எனதான பிரபஞ்சநேசம் அதன் மீது பரிவாயும்
என் மீது குற்றவுணர்ச்சியாயும் வெளிப்படுகையில்
சிங்கம் வாலால் ஒரு தட்டுத் தட்டி விட்டு
அலட்சியப்படுத்தி விடும்
புரிதல் அதற்குப் புரிந்திருக்கவில்லை
தப்பித்து வந்த வியாபார உலகிற்குத் திரும்பிப் போக
பிடித்த கனவின் தேடலிலிருந்து விலகுதல் கடமை
அதைச் செய்து தீர்க்கவே இந்த ஆயுள் என்று
தாளமுடியாத உயிர் நிர்பந்தம் பிடித்திழுக்க
வேறு போக்குப் புலப்படாமல் அலை பாய
மிக மிகமிக அருகில் தெரிந்தது நெருங்கி வரும் இருள்
வளையத் தெரியாத வைராக்கியத்திற்குள் வதைப்பு
பிய்த்துப் போடுகிறது உணர்வுகள்
வயிறு மறக்காமல் மீண்டும்மீண்டும் பயமுறுத்தியது
பத்தையும் கழற்றி வைத்துவிட்டு

குகை நோக்கிச் சென்றது நடை
உணவை முடித்திருந்த சிங்கம்
கழுவி கவிழ்த்தி வைத்திருந்தது
இருளுக்குள் நீந்திப் பழையது எடுத்து விழுங்குகையில்
தூரத்தில் கேட்டது உறுமல்
தொண்டைக் குழி நட்டுக்கொண்டதில்
குப்பறடித்துப் படுத்துக்கொண்டேன்
சற்று இடைவெளியில்
 மிக அருகில் அதே உறுமல் சத்தம்
தன் முன்னங்கால்கள்
தோள்பட்டையில் தட்டியெழுப்பி
பத்து நிமிடத்திற்குப்பின்
மீண்டும் பாய்க்கு உதறிவிட்டது
மீண்டும் ஒரு முறை கற்பிழப்பு
சத்தம் காட்டாமல்
அழ அறிந்து கொண்ட கணம்
ஒரு சமயம்
நம்பிக்கை தேக்கி வைத்திருந்த அந்த முகம்
எங்கே போய்த் தொலைந்தது
சிங்கம் கொஞ்சம் கொஞ்சமாய் விழுங்கி விட்டதா
ஊர்ஜிதம் பண்ணிக் கொள்ள
கண்ணாடிமுன் போய் நின்றபோது
ஐந்தரை அடி உயரத்தில் பெயர் தெரியாத பூச்சி
மிரட்டும் கனவிலிருந்து
உடனே விடுபட்டுவிட யத்தனிக்கையில்
முடியவில்லை
புரியாமல் நறுக்கென கிள்ளிப் பார்த்தேன்
வலியில் உயிர் போனது.

82

ஏதோ ஆதங்கத்தில் அடித்து விட்டதற்காக
நினைவின் சித்திரவதையில்
திரும்பத் திரும்ப அடித்த கையை
சுவரில் அறைந்து கொண்டேன்.
கவனித்து விட்டு
நீங்கதானெ அடிச்சீங்க
வலிக்கல என்றான்
வலித்தது எனக்கு
அழவேண்டியவன் அழவில்லை
அந்த வார்த்தைகளில்
ததும்பியது என் கண்கள்.
மனதை சமாதானப்படுத்த
அவனுக்குப் பிடித்ததை நினைவு படுத்தி
வாங்கி வர புறப்பட
நினைவலைகள் பின்னோக்கிப் பறந்தன
வலிப்பதாய் மாயத்தோற்றம் தந்தாலும்
நேசிப்பிற்குரிய அடி அது
காரியம் சாதிக்க வேண்டுமென்றால்
அவரை அடிக்க வைக்க வேண்டும்
அடி கிடைத்து விட்டால் அன்றைய இரவு
ரகசியமாய் வந்து தடவிக் கொடுக்க
அடித்த இடமெங்கும் இனிக்க
மூடிய இமை அசங்காமல்

தூங்குவதாய்ப் பாவிக்க
எழுப்பித் தருவார் பிடித்தவையாவும்
படிந்திருக்கும் அப்பாவின் அடிகள்
பனிப்பாறைப் பதிவுகளாய்.
பிரதியெடுத்த உணர்வின்
தொடர் ஊடுறுவலில்
அப்போது நான்
ஆசைப்பட்டுக் கேட்டதெல்லாம் ஞாபகம் வர
இவனுக்குப் பிடித்ததெல்லாம்
தேடிப் பிடித்து வாங்கத் துவங்கினேன்.

83

மழையிடம் தான்
பேசிக் கொண்டிருக்கிறேன்
இங்கே அடைமழை
தீராமல் கொட்டிக் கொண்டிருக்கிறது
முழுமையாய்
மொட்டை மாடியின் தனிமையில்
நீல வான குடை பிடித்து
நெஞ்சம் நிறைக்க
மழையோடு களிநடனம் புரிகிறேன்
கவிதை பாடும் அதிசய மழையெனை
மேலும் மேலும் மேலும் மேலும்
மேலும் மேலும் மேலும் மேலும்
கதகதக்க செய்கிறது
தன்னந்தனிமையில் மழையோடு தான்
பேசிக்கொண்டிருக்கிறேன்
நீ வேறு மழை வேறா..

84

ஆதியும் அந்தமும் அற்றதாக இருக்கிறது
பிறப்பும் இறப்பும் அற்றதாக இருக்கிறது
எல்லையில்லாததாய்
எதுவுமில்லாததாய் இருக்கிறது
முடிவின் துவக்கம்
துவக்கத்தின் முடிவாக இருக்கிறது
பிரபஞ்சத்தின் ஓர்மை சக்தியாக இருக்கிறது
ஒன்று இன்னொன்றாய் தொடர்கிறது
எல்லாமுமாய் ஓர்மையில் நிறைகிறது
கூட்டு இயக்கத்தின் அம்சமாக இருக்கிறது
சுவையற்றிருக்கிறது
சுவைகளின் மையத்தில் இருக்கிறது
விருப்புமற்று வெறுப்புமற்று இருக்கிறது
ஒன்றிலிருந்து
இன்னொன்றிற்கு தாவுகிறதாய் இருக்கிறது
சமன்பாட்டை
தாளலய நிதானிப்புடன் நிறைவேற்றுகிறது
ஆக்கமாகவும் அழித்தலாகவும் இருக்கிறது
சாத்தானியமும்
இறைமைதன்மையும் கொண்டதாய் இருக்கிறது
அறிவாகவும் அறமாகவும் இருக்கிறது
அடக்குமுறையாகவும்
கட்டற்ற சுதந்திரமாகவும் இருக்கிறது
சோலையாயும்பாலையாயும் இருக்கிறது
மிருதுவாயும் கடினமாயும் இருக்கிறது
இருளாகவும் ஒளியாகவும் இருக்கிறது
உயிரற்றதாயும் உயிருள்ளதாயும் இருக்கிறது
வானமாகவும் கடலாகவும் இருக்கிறது
வெற்றியாகவும் தோல்வியாகவும் இருக்கிறது
தென்றலாகவும் புயலாகவும் இருக்கிறது
அசைவமாகவும் சைவமாகவும் இருக்கிறது

வலியாகவும் நிவாரணியாகவும் இருக்கிறது
காதலாகவும் காமமாகவும் இருக்கிறது
காலமாகவும்
காலம் தாண்டியதாகவும் இருக்கிறது
வெப்பமாகவும் குளிர்ச்சியாகவும் இருக்கிறது
நெருப்பாகவும் நீராகவும் இருக்கிறது இயற்கை
கோரமாகவும் சாந்தசொரூபமாகவும் இருக்கிறது
ஆர்ப்பரிப்பதாகவும்
அடையாளமற்றதாகவும் இருக்கிறது
ஜீவிதமாகவும் வறுமையாகவும் இருக்கிறது
உயிர்த்தலாகவும் சாக்காடாகவும் இருக்கிறது
பிணியாகவும் மருந்தாகவும் இருக்கிறது
பசுமையாகவும் சருகாகவும் இருக்கிறது
தானியமாகவும் பசியாகவும் இருக்கிறது
தென்றலாகவும் சூறாவளியாகவும் இருக்கிறது
சாரலாகவும் அடைமழையாகவும் இருக்கிறது
புகழாகவும் அவமானமாகவும் இருக்கிறது
மனமாகவும் மனமற்றதாகவும் இருக்கிறது
சபிப்பதாகவும் ரட்சிப்பதாகவும் இருக்கிறது
வன்முறையாகவும் சாத்வீகமாகவும் இருக்கிறது
பிரிவாகவும் ஓர்மையாகவும் இருக்கிறது
காட்டாறாகவும் நீரோடையாகவும் இருக்கிறது
பிரச்னையாகவும் தீர்வாகவும் இருக்கிறது
அருவியாகவும் பள்ளத்தாக்காகவும் இருக்கிறது
உயர்வாகவும் தாழ்வாகவும் இருக்கிறது
நுண்ணுயிராகவும் பிரபஞ்சமாகவும் இருக்கிறது
கருப்பாகவும் வெள்ளையாகவும் இருக்கிறது
கோடுகளாகவும் வட்டமாகவும் இருக்கிறது
தகவல்களாகவும் அனுபவங்களாகவும் இருக்கிறது
பிரபஞ்ச அணுவாகவும் மானுட அம்சமாகவும்
இருக்கிறது
இயற்கை

85

நீ பெண் தேவதை என்பதையும்
நான் ஆண் தேவதை என்பதையாக
உன்னால் அருளப்பட்டவன் என்பதையும்
எப்போது கண்டுபிடித்தேன் தெரியுமா
ஒரு நாள் நடு இரவில்
உன் முகத்தில் தோன்றும்
நாணத்தை ரகசியமாய் தரிசிக்க
ஆவல் கொண்டு வந்தேன்
படுத்தபடி காதல் கவிதைகள்
படித்துக் கொண்டிருந்தாய்
அகமெங்கும் பரவசம் பரவ
தானாகவே ஜிமிக்கி கம்மல்
நவரச நர்த்தனம் புரிய
காதலாகவே மாறியிருந்த தருணத்தில்
சிறகின்றி பறக்கத் துவங்கினாய்
ஒளிந்திருந்து பரவசித்திருந்த
என் மீது உன்சிறகடிப்பு
தற்செயலாய் ஈஸிச் செல்ல
நானும் பறக்க கற்றுக் கொண்ட
அந்த கணத்தில்
பெண் தேவதையே
என்னை ஆக்கிவிட்டாய்
ஆண் தேவதை

86

பிரேம கனியின் தீஞ்சுவை அவள்
உணர்தலின் வரம் அவள்
பெண்மை எழுதும் திரைக்கதை அவள்
முதல் காதலின் தோற்றுவாய் அவள்
பிரபஞ்ச ஜீவிதம் அவள்
பிரபஞ்ச நேசம் அவள்
வான் கடல் அதன் நீலம் அவள்
ஆண்மை அவளின் ஒரு கிளை
அவள் ஆதி அவள் அந்தம்
அவள் உயிர் அவள் உணர்வு
அவள் சுனை அவள் ஜீவவூற்று
அவள் பிரவாகம் அவள் இயக்கம்
அவள் அண்டம் அவள் முழுமை
அவள் காதலின் தெய்வம்
அவள் காதல் தேவதை அப்ரோடைட்
அவளின் இன்னொரு பெயர் ஏவாள்

87

அழகின் முழுமை
எதிலிருக்கிறது என்கிறாய்
ரோஜாவின் வண்ணத்தில் வாசத்தில்
இதழ்களில் சூலீல் மகரந்தத்தில்
தளிர் இலைகளில் தாங்கு கிளையில்
மற்றும் முட்களில் என்கிறேன்

88

நீ பூ வைக்காதே
அதனால்
தழைய தழைய பின்னலிட்டு
முன்னால் தூக்கிப்போடுகையில்
காதோரம் விரியும்
உன் தோகை கூந்தலின் அழகை
ஒரு நாளும் ஈடுசெய்ய முடியாது
நீ பொட்டு வைக்காதே
அதனால்
உன் நெற்றியின் அழகை
ஒரு நாளும் ஈடுசெய்ய முடியாது
நீ பவுடர் போடாதே
அதனால்
உன் கன்னத்து மினுமினுப்பை
அறிந்து கொள்ளவே முடியாது
நீ மையிட்டுக் கொள்ளாதே
அதனால்
உன் விழிகளின் மந்திர ஜாலத்தை
பார்த்து பார்த்து கிறங்க தான் முடியும்
நீ கம்மல் போடாதே
அதனால்
உன் செவிமடலின் அழகில்
பொறாமை கொள்ளத் தான் முடியும்
நீ மூக்குத்தி அணியாதே

அதனால்
நேசத்தில் கதகதக்கும்
உன் சுவாசமேந்தி வரும்
நாசியின் மகரந்த சிலிர்ப்பை
தாங்கிக் கொள்ள முடியாது
நீ வாசனை திரவியம்
இட்டுக் கொள்ளாதே
அதனால்
உன் மனதின் வாசம்
பக்கத்தில்கூட வர முடியாது
நீ ஒப்பனை செய்து கொள்ளாதே
ஒப்பீடற்ற ஒப்பனையறியாத உனதழகை
அதனால்
ஒரு கணமும்
நினைத்துக் கூட பார்க்க முடியாது

89

உன்னை முதன்முதலாக பார்க்கிறேன்
முன்பே பார்த்தது போல் இருக்கிறது
உன்னைப் பற்றி கவிதை எழுதுகிறேன்
முன்பே எழுதியதை இப்போது
திரும்ப எழுதுவது போல் இருக்கிறது
உன்னை ஓவியமாய் வரைகிறேன்
எனக்குள் முன்பே வரைந்திருப்பதை
பார்த்து வரைவது போல் இருக்கிறது
உன் பக்கங்கள் ஒவ்வொன்றாய்
ஒரே மூச்சில் படிக்கிறேன்
ஒரு எழுத்து விடாமல் அத்தனையும்
முன்பே படித்தது போல் இருக்கிறது
உன்னைப் பற்றி எழுதுகிறேன்
அத்தனையும் முன்பே அறிந்திருந்த
வனப்பாதைக்குள் மனம்பிடித்து
அழைத்துக் கொண்டு செல்கிறது
உன்னைப் பற்றி சிந்திக்கிறேன்
சிந்தா நதி வழித்தடமெங்கும்
மின்மினிப்பறவை உயிர்த்தெழுகிறது
நீலவானமும் நீலக்கடலும்
மின்மினிகளின் ஊதா ஒளிர்வில்
ஒன்றிணைந்து ஓர்மை கொள்கிறது
உன்னைப்பற்றி யோசிக்கிறேன்
யோசனைக்கு அப்பாலும்

உன் நினைவே இருக்கிறது
கடலின் ஒவ்வொரு துளியிலும்
உன்னைத் தேடுகிறேன்
கடைசித்துளியின் நிறைவில்
என்னை கண்டடைகிறேன்
அந்த கணத்தில் அகம் நோக்குகிறேன்
கடலின் எந்தத் துளியென்றறியாதபடி
அடையாளங்கள் களைந்த ஓர்மைக்குள்
முழுமையாய்த் தொலைந்திருக்கிறேன்

90

உன் வீடு எங்கே?
சென்னையில்
எத்தனை பெரிது?
ரொம்ப
ரொம்ப என்றால்?
ரொம்ப ரொம்ப
எத்தனை உயரம்?
எட்ட முடியாத அளவு
எத்தனை விளக்கு இருக்கு?
எண்ண முடியாத அளவு
விலாசம்?
பத்தாவது அவின்யு
அசோக் நகர
உதயம் தியேட்டர் எதிரேயுள்ள
நடைபாதை

91

புத்தகம் ஒவ்வொன்றும்
நாம் படிக்கும்போது
நம்மை அவை படிக்கின்றன
நம்மோடு அதுகுறித்து
உரையாடுகின்றன
தேடுகின்றன
கண்டடைகின்றன
ஒரு வாழ்க்கைக்குள்
பல வாழ்க்கையை
அறிமுகப்படுத்துகின்றன
ஒரு வாழ்க்கையை
வெவ்வேறு விதமாக
எழுதி எழுதிப் பார்க்கின்றன
கோடுகளற்ற வெளியில்
இறகின் பறத்தலாய்
வானத்தின் விரிவாய்
கடலின் ஆழமாய்
கட்டற்ற முடிவிலி நோக்கி
விரிந்து விரித்து
சாசுவத காதலியம் நோக்கி
கவர்ந்து செல்கின்றன

92

காதலிடம்
உன் கடைசி கனவு எது என்றேன்
எண்ணங்களில் எவராலும்
ஆபாசப்பட்டு விடாத வரத்தை
காதல் தேவதையிடம் யாசித்திருக்கையில்
விழிப்பு தட்டி விட்டதே
என்கிறது

93

அன்பு நிபந்தனையற்றிருக்கிறது
அது தேடிச் செல்வதில்லை
தேடி வரவழைக்கிறது
மரம் பறவைகளை
கண்ணனின் புல்லாங்குழலிசை
கோபியர்களை
சூரியன் ஃபீனிக்ஸ் பறவைகளை

94

தன் பூமியில் மழை புசித்து
பசேலென வளர்ந்திருந்த சோளம்
கதிர்விட்டபோது
வந்தமர்ந்த பச்சைக்கிளிக்கு
சில மணிகள்
புசிக்கத்தந்து பசியாற்றுகிறது
இப்போது தலைகொய்யப்பட்டு
பசுமை வடிந்து காய்ந்து போய்
தனிமையில் நிற்கிற வேளையில்
மீண்டும் வந்தமர்கிற அதே பசுங்கிளி
உனை ஆத்மார்த்தமாக நேசிக்கிறேன்
என்கிறது தாளாபரவசத்தோடு
வம்சவிருத்திக்கும் உனக்குமாய்
வைத்திருந்த கதிரை
முழுசாய் பசிக்கு வழங்கி விட்டு
ஒட்டியிருந்த பசுமையும்
மாயமாய் தொலைந்து விட
வாடிப்போய் காய்ந்து நிற்கிற
என்னையா நேசிக்கிறாய்
என்கிறது சோளத்தட்டை
உன்னுள் எப்போதும்
சாசுவதமாய் இருக்கிற
தீரா பசுமையையே விரும்புகிறேன்
அதை இப்போதும்
என் மந்திர விழிகளில் தரிசிக்கிறேன்
என்கிறது அடர்காதல்

95

வசீகரமான வண்ணம்
விலையுயர்ந்த காலணி
யோசித்திருக்கலாம்
வாங்கியதும் தான் தெரிந்தது
போடுவதற்கு மிருதுவாகவும் இல்லை
கச்சிதமாகவும் இல்லை
விரைவிலேயே குதிங்கால் வலி
விடவும் மனசில்லை விலை அதிகம்
பயணிக்கையில் எல்லாம் வலி துடித்தது
மலிவாய் ஒரு செருப்பு
போடுவதற்கு அத்தனை இதம்
விழாக்களுக்கும் விசேஷங்களுக்கும்
வழக்கம் போல் வசீகர வலி
மற்றைய பெரும்பாலான நேரங்களில்
மலிவின் பாந்தம்
ஆனாலும் ஊரின் கூட்டுப்பார்வை முன்
அணியத் தான் துணிவில்லை
தொடர்ந்தது வலியோடு சிரிக்கிற நாடகம்
மாறிமாறி விளையாடியது கண்ணாமூச்சி
ஒரு நாள் பளிச்சென தோன்ற
மலிவான மகிழ்வணிந்தபடி
விலையுயர்ந்த வசீகரத்தை
வாசல் தாண்டி வைத்து வந்த மாத்திரம்...
மாயமந்திரமாய் நொடியில்
மறைந்தே போனது
மறுபடி அதே இடத்தில்
தோன்றுமென காத்திருக்கிறது
நம்பிக்கை

96

சாலையோர நாய்
மாமிசம் இருந்திருந்த
வண்ண பிளாஸ்டிக் பையை
பேராவலோடு கவ்விப் போய்
நுகர்ந்து நுகர்ந்து.
புரிதல் அறியாத புதிருக்குள்
விட்டுப் போக மனமற்று
மோப்பத்தில் உறைவுற்று
நிலைகுத்தி நிற்கிறது
காட்சிப் பிழை

97

வெண்மேகம் வேகவேகமாக நகர்ந்து
நிலாவை மறைக்கிறது
அவசரஅவசரமாக அதிலிருந்து விடுவித்து
முகம் காட்ட பிரயத்தனம் செய்கிறது நிலா
மாடியில் மழை விட்டிருந்த இடைவேளையில்
நடைப்பயிற்சி செய்து முடித்து
கீழே வருவதற்கு முந்தைய கணம்
தற்செயலாய் கருநீலவானம் நோக்குகையில்
தெரிந்ததிந்த காட்சிப் படிமம்
அப்படியே உறைந்து போய்
கவனிக்க ஆரம்பிக்கிறேன்
நிலாவிற்குள் இன்னுமே பரபரப்பு
படபடப்பில் மூச்சு முட்டிக்கொண்டு வர
மூச்சிறைப்பது கேட்கிறது மனதுள்
நிலா தென்படவில்லை
உள்ளே ஒரு மீட்சி
யுத்தம் நடக்கிறதை
அறிவிக்கிறது உள்ளுணர்வு
ரஸவாதம் இப்போது
இங்கேயும் கூடுவிட்டு கூடு பாய்கிறது
கருநீல வானத்திற்குள் நிலாவை பொத்தி வைக்க
வெண்பொதி படுகை நகர்ந்து நகர்ந்து
விடுபட விடாமல் தடை போடப் பார்க்கிறது
மழை மறுபடி வரத் தயாராகிறது
இரண்டு பக்கமும் கூடுகிறது படபடப்பு
முதல் துளி நெற்றி தொடுவதற்குள்
எப்படியோ முந்திக் கொண்டு வெளிப்பட்டு
நேசத்தின் நெற்றியில் ஒளி முத்தம் பதிக்கிறது

98

என்னை தயவுசெய்து மன்னித்து விடு
என்னால் எதுவும் சொல்ல இயலாது
என் நாவையும், விரல்களையும் பேசவிடாமல்
நெஞ்சை அடைக்கும் காதல் கட்டிப் போட்டிருக்கிறது
என்னால் என் காதலை சொல்ல முடியாது
என் வாசனையில் உன் வாசமிருப்பதை
நீயே புரிந்து கொண்டு வா
வந்து உன் பாணியிலேயே காதலை தெரிவி
என்னின் அத்தனையையும் நேசிப்பவனே
நீயே புரிந்து கொண்டு வா
நீ ஒரு முறை எழுதினாய்
நீ உடைந்திருக்கிறதாய்
சரி செய்ய
என் ஆன்மத்தை துணைக்கு அழைக்கிறாய்
என்ன செய்வேன்
என் ஆன்மமும் உடைந்து கொண்டிருக்கிறது
ஆனாலும் உன்னை சரி செய்ய துடிக்கிறேன்
இரண்டு உடைந்த ஆன்மமும்
ஒருமை கொண்டு இணைவின் இசைவாகிற
சமனின் குறியீடாக காத்திருக்கிறேன்
பெருங்காதலை காற்றில் சதா தூது அனுப்புகிறேன்
நான் எவ்வளவு தொலைவில் இருந்தாலும்

நீ அருகிலேயே இருக்கிறாய்
நமக்கான அந்த மாயத்தை
நானே நிகழ்த்துவதாய்
நீ சொல்வதன் மூலம் தான்
நானும் உணர்கிறேன்
உள்ளூர சிலிர்க்கிறேன்
நீ எங்கு போனாலும் உன்னில் நான் இருப்பேன்
என்னுள் இருக்கிற உன்னை நீ தேடி வா
உடம்பெனும் சாதனம் வழி உயிர் தொட
ஆன்மசங்கமிப்பிற்கு தவமிருக்கும்
தீராக்காதல் கொண்டு வா
என்னின் முழுமையை என்னிடம் ஒப்படை
என்னுள் சுடரும் ஆதிசக்தியின் தூண்டுதலால்
உன்னை அடர்காதலாய் சுடரச் செய்வேன்
பரிபூரண முழுமை தரிசிக்க வைப்பேன்
எங்குமாய் பிரவகிக்கும் சாசுவத நேசத்தில்
ஆவியாகி நீக்கமற கலந்து கரைந்து
எல்லை கடந்து கதகதக்கச் செய்வேன்
கேட்டுக் கொள்
நீ எவ்வளவு தூரத்தில் இருந்தாலும்
உன்னில் இருக்கும் என்னில்
அத்தனையும் காட்சி படிமமாய் தெரிந்து கொள்கிறேன்
நீயும் உன்னில் இருக்கும் என்னில்
அத்தனையையும் உணர்ந்து கொள்வது உட்பட..
இது என் ஆன்மத்தின் அந்தரங்க பிரமானம்
நேச ஆவியாய்தேடி வந்து நிறைந்து நிறைக்க வா
உன் வாசனையை தவற விடுகிறேன்
எப்போதும் அதை சுவாசிக்க தவிக்கிறேன்

99

ஊர்தியில் நின்றபடி பயணித்தவள்
முந்தானை சேலைக்கு உயிர் தந்து
நித்திரையில் இருந்தவள் முகம் வருட
அரங்கேற்றி வைக்கிறது முதல் சந்திப்பு
அவளின் நேர்பின்னால் அவன்
முன் கம்பியை ஆதூரமாய் பற்றியிருக்கும்
அவன் கையிலிருக்கும் கைக்குட்டை படபடத்து
அவள் காது மடல் ஈஸியதில்
விரியத் திரும்பும் விழி மாறுகிறது
புன்னகையின் நிறம்
நின்றிருக்கும் அவன் பிம்பம் விழும்
சன்னலோர கண்ணாடியில் சாய்ந்தபடி
அவள் முகம் உரையாடுகிறது மௌன மொழி
மடியிலிருந்த வார இதழ் புகுந்து படபடக்க
விரித்துக் காட்டும் நடுப்பக்கம்
அவள் விழிகளில் மையம் கொள்ள
அவனின் புகைப்படத்துடன் நெடுங்கவிதை
ஊர்திக் காதலின் சிலிர்ப்பு
அணுஅணுவாய் கவிதைக்குள் கவிதையாகியிருக்க
நிமிர்மார்பில் கவிதையணைக்கும் நொடி
நீள்கூந்தல் சிலுசிலுத்து உடன் விரல் ஸ்பரிசிக்க
திரும்பும் அவன் பார்வை சங்கமிப்பில்
பூப்பு ஒரே நேரம்

அவள் ஜிமிக்கி அபிநயிக்க செய்து
ஜலதரங்கமிசைக்கிறது
காதோர பூனை முடி வருடிய குறுகுறுப்பில்
அவள் கனவுகள் விழித்துக் கொண்டதில்
அப்போதே பார்க்கிற ஆவல்
குறுஞ்செய்தியில் பறக்கிற மறுநிமிசம்
கையோடு கை பிணைத்து
கடல் பார்த்து இணைகிறது கரம்
கடற்கரை மணலில் உரசாமல் அவள் அவர
அவன் விழிகளுக்குள் துகள் தூவி பதற வைக்க
அசக்கும் கரம் விலக்கி இசை விரித்து
முந்தானை கற்றை வாயில் ஊதி ஒற்ற
மூச்சுக்காற்று மூச்சுக்காற்றோடு சங்கமிக்க
வெதுவெதுப்பாய் நிறைகிறது இருபக்கம்
திரும்ப மனமில்லாத பேருந்து பயணத்தில்
இரவின் கூதல் வெடவெடக்க
நெருங்கியமர்ந்து புதைகிறது கதகதப்பு
குறுஞ்செய்தியில் அவள் ஆசிரியையாய்
சேர்ந்திருக்கும் பள்ளியின் கட்டளை
கோடை பயிற்சி முகாம் கட்டாய்மாய்ச் செல்லும்படி
தகவல்
வீட்டின் கிணற்று திண்டில் உள்நோக்கி கால்
போட்டிருக்க
கலக்கமாய் வளைந்து நெளிகிறது அவன் பிம்பம்
அவன் வருத்தம் அவளை வருத்தி
அது அவனை வருத்தி விடக் கூடாதென
பூவரசு உதிர்த்து விட்ட சலன வட்டத்தில்
அவன் கண்ணீர் ததும்பும் பிம்பம் களைய
பொய் புன்னகை பாவித்து அனுப்புகிறான்
பத்து நாள் எத்தனை மணி எத்தனை நிமிடம் எத்தனை
நொடி
மாயத் தவிப்பில் மூழ்கும் நினைவு
கோடை பயிற்சி முகாம் செல்லும்நேரம்
காற்றழுத்த தாழ்வு மண்டலமாகி காற்று ரகளையை
துவக்க

அடைமழை அறிகுறியாய் கனவில் அறிவிக்கிறது
அவன் மன தொலைக்காட்சி
சட்டென சடசடக்கிற சப்தம் கேட்டு விழிப்பு தட்ட
கொட்டிக் கொண்டிருக்கிறது உக்கிரமாய் புயல் மழை
சாத்தியிருக்கும் கதவின் சாவி துவாரம் வழி
படுவேகமாய் பயணிக்கும் சகியின் பிச்சுப் பூ வாசம்
அவளுக்கும் முன்னால் அவன் நாசி வழி
இதயம் அறிவிக்கிறது முன்கூட்டிய சேதி
முழுக்க மனம் நனைந்து அவளும் அவனும்
விழி கோர்த்திருக்க போவது பின் வர இருக்கிற சேதி

100

என் முன்பிருக்கும் மரத்தை
தேடிப்பிடித்து வந்து வசிக்கும் பறவை
எதுவுமே செய்ய விடுவதில்லை

எப்போதும் பேசிக்கொண்டே இருக்க வேண்டுமாம்
எப்போதும் கொஞ்சிக்கொண்டே இருக்க வேண்டுமாம்
எப்போதும் பார்த்துக்கொண்டே இருக்க வேண்டுமாம்
எப்போதும் புன்னகைத்துக்கொண்டே இருக்க
வேண்டுமாம்
எப்போதும் நடனமாடிக்கொண்டே இருக்க
வேண்டுமாம்
எப்போதும் நேசித்துக்கொண்டே இருக்க வேண்டுமாம்
எப்போதும் கேட்கிற கேள்விகளுக்கு
பதில் சொல்லிக் கொண்டே இருக்க வேண்டுமாம்

காலையில் நான்கு மணிக்கெல்லாம் பூபாளம் பாடி
எழுப்பி விட்டு உடன் சேர்ந்து பாடச் சொல்கிறது
இதெல்லாம் என்ன கணக்கென்று நினைக்கும்
வேளையில்
ஒன்றும் செய்யாமல் இருப்பது எத்தனை
உன்னதமென்று
ராகம் போட்டு பாடிக் காட்டுகிறது
பறவையோடு உரையாடவும் பாடவும் ஆடவும்
நேரம் சரியாக இருக்கிறது